பேய்க்கொட்டு

நாஞ்சில் நாடன்

விஜயா பதிப்பகம்
20, ராஜ வீதி,
கோயம்புத்தூர் - 641 001.
www.vijayapathippagam.org

பேய்க்கொட்டு (சிறுகதைகள்)
Paik Kottu (Sirukathaigal)
நாஞ்சில் நாடன்
முதற்பதிப்பு : 1994
இரண்டாம் பதிப்பு : 2020

விஜயா பதிப்பகம்
20, ராஜ வீதி, கோயம்புத்தூர் - 641 001.
℃ 0422 - 2382614 / 📱 90470 87058
vijayapathippagam2007@gmail.com

ஒளியச்சு / புத்தக வடிவமைப்பு : ஐரிஸ் கிராபிக்ஸ், கோவை.
அட்டை வடிவமைப்பு : மௌஸ் பாய்ண்ட், சென்னை.
அச்சாக்கம் : ஜோதி எண்டர்பிரைசஸ், சென்னை - 5.
ISBN- 81-8446-974-8 / பக்கம் : 152 / விலை : ரூ.120/-

சமர்ப்பணம்

சுந்தர ராமசாமிக்கு

நன்றி

தினமணி கதிர்

செம்மலர்

சுபமங்களா

வஞ்சிநாடு

தீபம்

சீர்வரிசை

புதியபார்வை

கோரேகாவ்(ன்) தமிழ்ச்சங்க இலக்கிய விழாமலர்

ஆல்

அன்னம் விடுதூது

நிகழ்

முன்னுரை

மன்னா உலகத்து மன்னுவது

'பேய்க்கொட்டு', 1994-ல் வெளியான எனது சிறுகதைத் தொகுப்பு. கோவை விஜயா பதிப்பகம் வெளியிட்ட என் முதற் பனுவல் அது. பம்பாயில் படைப்பூற்று தூர்ந்து எழுத்து முறிவு ஏற்பட்டிருந்த எனக்கு, கோவை தந்த முதல் ஊக்கம். 1975-ல் துவங்கி, 2018 ஈறாக நான் எழுதிய 140 சிறுகதைகளில், 16 கதைகளை உள்ளடக்கிய தொகுப்பு இது.

முதற்பதிப்பின் அமைப்பும் அச்சும் கவிஞர் வேனில் கிருஷ்ணமூர்த்தி செய்திருந்தார். முகப்போவியம் தந்தவர் குடும்ப நண்பர் ஓவியர் ஜீவா. குருபீடங்களில் ஒன்றான சுந்தர ராமசாமிக்கு இந்தத் தொகுப்பை சமர்ப்பணம் செய்திருந்தேன். சமர்ப்பணம் என்பது சொந்த நிலத்து முதல் வாழைக்குலையை, தேங்காய்க்குலையை ஊரம்மன் முத்தாரம்மனுக்கு காணிக்கை வைப்பது போன்றது எனக்கு. பின்னட்டையில் செம்மூதாய் க.நா. சுப்பிரமணியம் என்னைப் பற்றி எழுதிய குறிப்பு இடம் பெற்றிருந்தது.

தொகுப்பு வெளியான சில மாதங்களில், அரசுக் கலைக்கல்லூரி ஒன்றின் பட்டப்படிப்பு மாணவருக்குப் பாடமாக்க அது பரிந்துரைக்கப்பட்டது. துறைத் தலைவர், 'நாஞ்சில் நாடனுக்கு கொங்கு நாட்டில் என்ன?' என்றாராம். சிவநெறிச்சாறு அருந்துபவர் என்பதால் நவீன இலக்கியம் அறிந்திருக்க வேண்டும் என்ற எதிர்பார்ப்பு இல்லை. ஆனால் சிறப்பான கல்லூரியின் தமிழ்ப்

பேராசிரியராக ஊதியம் பெறுபவர் அறிந்திருக்க வேண்டாமா? தமிழில் சமீப காலமாக என்ன நடக்கிறது என்று தெரிந்திருக்க வேண்டாமா? பெரும்பாலான பேராசிரியர்களுக்கு நவீன இலக்கியம் என்றால் அது கிரேக்கம், இலத்தீனம், சீனம், பாரசீகம். எனவே இந்தத் தொகுப்பு இடது கையால் தள்ளப்பட்டது. அதில் நாஞ்சில் நாடனுக்கு இழப்பொன்றும் இல்லை. மேலும் இலக்கியத்தில் மண்ணின் மைந்தன், வந்தேறி என்றும் உண்டா? இப்படித்தான் இன்றும் இருக்கிறது கல்விப்புலம்!

இந்தத் தொகுப்பில் இடம் பெற்ற கதைகளில் ஒன்று 'ஊதுபத்தி'. அதுவென் சொந்த அனுபவம். பட்டப்படிப்பில் நான் இரண்டாம் ஆண்டு வாசித்துக்கொண்டிருந்தபோது நடந்த சம்பவம். நண்பர், எனக்கும் மூத்த நாவலாசிரியர் C.R. இரவீந்திரன் சிலகாலம் கொணர்ந்த இலக்கிய இருதிங்கள் இதழ் 'ஆல்' வெளியிட்டது. 1992 ஆகஸ்ட் மாதம்.

'பேய்க்கொட்டு' தொகுப்பு வெளியான மறு ஆண்டில் திருநெல்வேலி, மனோன்மணீயம் சுந்தரனார் பல்கலைக்கழகத்தில் அது பட்டப்படிப்புக்குப் பாடபுத்தகமாக அறிவிக்கப்பட்டது. அதென்ன நமது நாற்றங்காலை மற்றொருவர் பட்டா கேட்பது என்ற ஆவேசத்தோடு, என்னிலும் மூத்த படைப்பாளப் பேராசிரியர் ஒருவர் துணைவேந்தருக்கும், பதிவாளருக்கும், கல்வி அமைச்சருக்கும், கல்வித்துறை செயலாளருக்கும் அநாமதேயக் கடிதம் எழுதினார். குற்றச்சாட்டு, 'ஊதுபத்தி' கதை, கன்னியாகுமரி மாவட்டத்தின் பெரும்பான்மை மத, இன மக்களுக்கு எதிரானது என்பது. ஆய்ந்து முடிவெடுக்கும் பொறுப்பு பல்கலைக்கழகத்தின் ஆங்கிலத்துறைப் பேராசிரியர், விமர்சகர், கவிஞர் பாலாவுக்கு அளிக்கப்பட்டது. அவர் 'ஊதுபத்தி' கதையில் மதப்பகை, இனப்பகை, காழ்ப்பு இல்லை என்று எழுதிப் பரிந்துரைத்ததால், பல்கலைக்கழகம் ஏற்றுக்கொண்டது.

சாகித்ய அகாதமி விருது பெற்றமைக்காக, மதுரையில், பொது வெளியில், பாராட்டுக் கூட்டம் ஒன்று ஏற்பாடு செய்தார்

நண்பர் முத்துக்கிருஷ்ணன், 2011-ல். ‘ஊதுபத்தி’ அவதூறு நடந்து 16 ஆண்டுகள் சென்ற பின்பும், பாராட்டு விழா மேடையில், மார்க்சீய அறிஞர், பேராசிரியர் ஒருவர் என்னை சாதி எழுத்தாளர் என்றார். நடமாடும் பல்கலைக்கழகம் என்றொருவரைக் குறித்ததை ஒத்ததே, பெரும்பாலும் தமிழறிஞர், மார்க்சீய அறிஞர் என்பதுவும். ஜெயகாந்தன் துச்சமாகச் சொன்னதே நினைவுக்கு வருகிறது. ‘மூடர்கள் அவரை அறிஞர் என்றார்கள்; மாமூடர்கள் அவரைப் பேரறிஞர் என்றார்கள்’ என்று.

என்றாலும் எனதெழுத்தின் உண்மையை, வலிமையை, தீவிரத்தை, நேர்மையை எதிர்கொள்ள இயலாதவர்கள் இன்றும் என்மீது அந்த வசையை வீசுவதுண்டு. தில்லியிலும் சென்னையிலும் நகரப் பேருந்தில் முதுமைக் காலத்திலும் பயணம் செய்த க.நா.சு.வையும் வெங்கட் சாமிநாதனையும் C.I.A. ஏஜெண்ட் என்று KGB ஏஜெண்டுகள் அவதூறு பரப்பியதைப் போன்று. ‘பெண் கொலை செய்த நன்னன்’ என்பது போல, எனக்கும் அஃதோர் பெரும்பழி.

எனது தேற்றம் - புகழுக்கு அற்ப ஆயுள்; அவதூறுக்கு நீண்ட ஆயுள்.

‘நாஞ்சில் நாடன் கதைகள்’ என்று என் முதல் 80 கதைகளின் தொகுப்பாக 2004-ல் ‘தமிழினி’ வெளியிட்ட தொகைநூலில் இந்த 16 கதைகளும் உண்டுதான் என்றாலும் வாசகர் வசதிக்காக, **‘பேய்க்கொட்டு’** தொகுப்பு கால்நூற்றாண்டுக்குப் பிறகும் வெளியாவதில் நமக்குக் கர்வம் உண்டு.

எனது நூல்களை நல்ல முறையில் வெளியிடும் கோவை விஜயா பதிப்பகத்து அண்ணாச்சி மு.வேலாயுதம், இளவல் வே.சிதம்பரம் ஆகியோருக்கும், சிறப்பாக வடிவமைத்து, முகப்போவியம் வரைந்து, அச்சிட்ட அனைவருக்கும் நெஞ்சார்ந்த நன்றிகள்.

மிக்க அன்புடன்
நாஞ்சில் நாடன்

கோயம்புத்தூர் - 641 042
22 மார்ச் 2020

உள்ளடக்கம்

1. பேய்க்கொட்டு — 9
2. அம்பாரி மீது ஒரு ஆடு — 25
3. பாலம் — 33
4. வைக்கோல் — 41
5. வெளியேற்றம் — 53
6. ஆசையெனும் நாய்கள் — 56
7. ஒரு வழிப் பயணம் — 62
8. தேடல் — 72
9. பின்னம் — 80
10. கொடுக்கல் வாங்கல் — 89
11. சிறு வீடு — 98
12. உழவாரப் படையாளி — 111
13. ஊதுபத்தி — 119
14. சிறியன செய்கிலாதார் — 129
15. புளி மூடு — 137
16. முள்ளெலித் தைலம் — 145

1 பேய்க்கொட்டு

கள்ளிக்காட்டில் இருந்தது சித்தி வீடு. நமசு ஊரில் இருந்து காகம் பறக்கும் தூரத்தில் இரண்டு மைல். சைக்கிளில் போவதென்றால் கால் மணிக்கூர் ஆகாது. நமசுக்கு சைக்கிள் ஓட்டத் தெரியாது, பதினொன்றாம் கிளாஸ் படிக்கும் பையன் என்றாலும்.

நடந்து போனால் முக்கால் மணி நேரத்தில் போய்விடலாம். ஊரில் இருந்து அரை மைல் தெற்கு நோக்கிப் போனதும் முடவன் பாலம் தாண்டி இடது கைப் பக்கம் பத்துக் காட்டின் வாய்க்கால் ஓரம் பெரிய வரப்பில் அகன்ற காலடித் தடம், நேரே முள்ளிக்குளம் பிராம்மணக்குடியின் புறவாசலில் கொண்டுவிடும்.

சுடலைமாடன் கோயில் கொடை பார்க்க நமசு வியாழக்கிழமை புறப்பட்டபோது வெயில் முகத்துக்கு நேராக அடித்துக் கொண்டிருந்தது. அறுவடை முடிந்துவிட்ட வயற்காடுகள் கோடைக் காய்ச்சலுக்குக் கிடந்தன. ஊரை அடுத்த பத்தில் உளுந்து விதைத்து நான்கு இலைகள் வந்திருந்தன.

இடது கையில் இருந்த காக்கித் துணிப்பையை வலது கைக்கு மாற்றிக் கொண்டு நமசு பிராம்மணக் குடித் தெருவில் ஏறினான். பையில் ஒரு நிக்கரும் அரைக்கை உடுப்பும் மடித்துச் செருகி இருந்தான்.

பிராம்மணக் குடி, பெருமாள் கோயிலின் இருபுறமும் சடாயு சிறகுகள் போல் நீண்ட அகலமான தெரு. காலை நேரத்தில் பிராம்மணாள் வீடுகளிலிருந்து வரும் பருப்பு தாளிக்கும் மணம், தேங்காய் எண்ணெயில் பப்படம் வறுக்கும் வாசனை போன்றவை

சாயங்கால நேரத்தில் இல்லை. அடுத்தது வெள்ளாங்குடி. விறுவிறென்று நடந்து வடக்குத் தெரு வழியாக நாடாக்குடி தாண்டி ரோட்டில் ஏறினான்.

இடது கைப் பக்கம் முள்ளிக்குளத்தின் தண்ணீரலைகள் ரோட்டின் கரையை நனைத்தன. கோடைக் காலம் ஆரம்பித்து விட்டாலும் குளத்தில் நிறையத் தண்ணீர் கிடந்தது. வலது புறம் ஓடையும் ஓடையைத் தாண்டிய வயற்காடும். குளம் முடியுமுன் கள்ளிக்காட்டுக்குப் போகும் ஒற்றையடிப் பாதை வலப் பக்கம் இறங்கும். ஓடையில் இறங்கிக் கால் நனைத்துக் கரையேறி வரப்போடு நடக்கும்போது முதலில் வருவது கள்ளிக்காட்டின் மயானம். சித்தியுடனோ, அப்பாவுடனோ நடக்கும்போதே பயம் காட்டும் சுடலைமாடன் சிலையும் கழுமாடனும்.

கொடைக்குக் கால் நாட்டிய அன்று செய்த பூசையின் அடையாளங்கள் மயானத்துச் சுடலைமாடன் கழுத்தில் கிடந்தன. கழுமாடன் பீடத்துக்குச் சிலை கிடையாது. ஒரு கழு மரம் மட்டும். கழு மரத்தின் கழுத்துப் பகுதியில் கூட்டல் குறி போல் ஒரு மரச் சட்டம். மரச் சட்டத்தின் மணிகள் காற்றில் அசைந்தன. கழுவின் உச்சியில் செருகியிருந்த எலுமிச்சம் பழம் மஞ்சள் காய்ந்து உலர்ந்திருந்தது.

கிழக்குப் பார்த்து நின்ற சுடலைமாடனுக்கும் கழுமாடனுக்கும் எதிரே முப்பதடி தள்ளி மயானக் குழி. சமுதாயப் பிணம் விழும் போது மட்டும் புதுக்கப்படும் குழி. குழியில் இருந்து பறித்துப் போட்ட சாம்பல் பொடி, எலும்புப் பொடி, கரித்தூளில் செழித்து வளர்ந்திருந்த வேப்ப மரம் நிழல் குலுங்கி நின்றது. அம்மா சொன்ன கணக்கில், கிளைகளில் இப்போதும் அகாலத்தில் செத்தவர் பேய்கள் வௌவால்கள் போல் தொங்கிக் கிடக்கும், மனிதர் கண்ணுக்குப் புலப்படாமல். மயானத்தைச் சுற்றி இடுப்பளவு உயரத்துக்குக் கைப்பிடிச் சுவர். சுவரெல்லாம் வெள்ளையும் காவியும் அடிக்கப்பட்டிருந்தது.

நமசின் பின்னால் நீண்டு விழுந்து கொண்டிருந்தது நிழல். மயானத்தைப் பார்க்கப் பிரியப்படவில்லை மனம். என்றாலும் அவசர அவசரமாகப் பார்த்துப் பெயர்ந்தன கண்கள். அங்கிருந்து பார்த்தபோது கள்ளிக்காட்டின் தென் கோடியில் தெரிந்த சுடலைமாடன் கோயிலில் ஆளரவம். பத்துக்காட்டில் இருந்து ஏறிய ஓடைக் கரை வரப்பு கோயிலின் முன்னால் சென்று நின்றது.

நல்ல அகன்ற திண்ணை கொண்ட கோயில். முன்புறம் மட்டும் மரச் சட்டமிட்ட அழியும், சுற்றிலும் சுவர்களும், மேலே ஓட்டுப் பணியும், உள்ளே பெரும் முற்றமுமாக, புதிய மராமத்தில் பொலிவாகக் கிடந்தன எல்லாம்.

மொத்தம் இருபத்தேழு பீடங்கள் அந்தப் பேய்க் கோயிலில். சுடலைமாடனுக்கும், பேச்சியம்மனுக்கும் கல்லில் வடித்த சிலைகள். எண்ணெய் மினுக்கமும் முறுக்கும் கொண்டிருந்த உடல்கள். பேச்சியம்மனின் முலைகளிலும் சுடலைமாடன் மீசையிலும் துடித்து நின்றன உயிர்கள். நமசு அழிவழியாகப் பார்த்தபோது தென்பட்ட பீடங்களின் கழுத்தில் அரளி மாலைகள், நெற்றியில் சாத்தியிருந்த களபம், மஞ்சணை, முன்னால் கமுகம் பூக்குலைகள்.

கோயிலின் முன்னால் தாமரைக்குளம். கூம்பிய மொட்டுக் களும் விரிந்திருந்த செந்தாமரைகளும் மணிக்காய்களும். ஊடே சில அல்லிக் கொடிகள். தண்ணீர் தெரியாதபடிக்குத் தாமரை இலைகள் புரண்டதில் செம்பச்சை நிறக் கலங்கல். கோயிலில் இருந்து இறங்கும் இடத்தில் மட்டும் தண்ணீர் கோர, குளிக்க, இடம் விட்டு வெளி வாங்கி இருந்தன தாமரைக் கொடிகள். அந்தத் தண்ணீருக்கு ஒரு பாசி வாசனை உண்டு.

கோயிலின் முன்னால் வழக்கமாகக் காடடைந்து கிடக்கும் பூச்சி முட்புதர்கள், தொட்டாவாடிக் கொடிகள், அறுகந்திரடு, எருக்கலைமுடு, குருக்கு எல்லாம் செதுக்கி ஆற்று மணல் பரத்தி, படுத்து உருளலாம் போல இருந்தது. முன்னால் போடப்பட்டிருந்த தட்டுப் பந்தலின் கீழ் நடக்கும்போது வேற்றூர்க்காரக் கூச்சம் அவன் கால்களைப் பற்றிக் கொண்டது.

''ஒத்தையிலேயா மக்கா வந்தே?'' என்றாள் சித்தி.

சித்திக்குப் பிள்ளைகள் கிடையாது.

''சாப்பிடுகியாலே மக்கா?'' என்றாள்.

பள்ளிக்கூடும் விட்டு வந்து சாப்பிடுகிற நேரம் தான்.

சித்தி வீட்டில் ஆட்டுப் பால் காப்பி. நமசுக்கு அந்த வாசனை அவ்வளவாகப் பிடிக்காது. ஒரு உலும்பு வாடை.

பக்கத்து வீட்டில் சித்தியின் சம்மந்திக் கொடியாள். அந்த அத்தைக்கு மூன்றும் பெண் பிள்ளைகள்.

''மூத்த மைனியைத் தவிர யாரைண்ணாலும் கெட்டிக்கோ'' என்பது அடிக்கடி கேட்கும் பரிகாசம்.

''அதுக்கென்னா? ஏழு புளியங்கொட்டையை முழுங்கினா சரியாப் போகும் வயது. நானே கெட்டிக்கிடுகேன்'' என்பாள் மதனி. இதெல்லாங் கருதித்தான் அடிக்கடி இங்கு வராதது. நமசுக்கு எதெடுத்தாலும் கூச்சம்தான்.

ஆனால் மூன்று வருசம் முந்தியே மதனிக்குக் கல்யாணம் ஆகிவிட்டது. மாப்பிள்ளைக்காரன் வடக்கே எங்கேயோ என்றார்கள். மதனி நல்ல பஸ்காரமாக இருந்தாள் இப்போது.

கோயிலில் லவுட் ஸ்பீக்கர் போட்டுவிட்டனர். நமசுக்கு வில்லுப் பாட்டு கேட்கப் பிடிக்கும். இமை ஆடாமல் பார்த்துக் கொண்ருப்பான். கணியான் ஆட்டத்தில் மகுடம் வாசிப்பது பிடிக்கும். நையாண்டி மேளத்தில் முரசுச் சத்தம் பிடிக்கும்.

வாசலில் வந்து நின்றபோது மதனி தெரு நடையில் உட்கார்ந்திருந்தாள். ஆறு மணி ஆகி இருந்தாலும் வெயில் இறங்கி இருக்கவில்லை. காற்று தூசு பரத்தியது. மதனி மாலையில் முகம் கழுவி, தலை சீவி, இரட்டைச் சடை போட்டு, பிச்சிப் பூவைத்து, துலக்கமாக இருந்தாள். அவ்வளவு நீளமில்லாத சுருட்டை சுருட்டையான அடர்த்தியான முடி. சித்தி வீட்டு வாசப்படியில் நமசு உட்கார்ந்தான். மதனி வழக்கமான பரிகாசத் தொனியுடன் கேட்டாள்.

''அத்தானுக்கு பரிச்சை எல்லாம் முடிஞ்சிற்றா?'' நமசு கொழுந்தன் முறை என்றாலும் மதனி, பரிகாசத்துக்கு அத்தான் என்றே அவனைக் கூப்பிடுவாள்.

பாட்டுச் சத்தம் நின்று, பேய்க் கொட்டுச் சத்தம் கேட்டது. நையாண்டி மேளக்காரர்கள் நாளை மாலை வருவார்கள். இது உள் கோயிலில் வரத்துக்கும் ஆராசனைக்கும் வாசிக்கும் தவில், முரசு, நாதசுரம். வந்ததும் வாத்தியங்களின் உறைகளைக் கழற்றி ஒரு சுற்று வாசித்து ஓய்வார்கள்.

''அண்ணாச்சி கொடைக்கு வருவாளா?'' என்றான் மதனியிடம்.

''போன மாசம்தான் வந்திற்றுப் போனா. இனி அடுத்த வருசந்தான்''.

அண்ணாச்சிக்கு நல்ல சுபாவம். போன ஆண்டு விடுமுறையில் வந்தபோது பார்த்தது. நமசை பாட்டுப் படிக்கச் சொல்லிக் கேட்டார்.

அவனுக்கு ''தாமரை பூத்த தடாகமடி'', ''உன் கண்ணில் நீர் வழிந்தால்'' எல்லாம் நல்ல ராகமாகப் பாடவரும். பாடி முடிந்ததும் கன்னத்தில் ஒரு முத்தம் கொடுத்தார். ரொம்பக் கூச்சமாக இருந்தது. மதனி, ''அத்தான் வாருங்கோ, நானும் ஒண்ணு தாறன்'' என்றாள். நமசு சித்தி வீட்டுக்கு ஓடிவிட்டான்.

அவர் வந்திருந்தால் கொடை பார்க்கத் தோதாக இருக்கும். போன முறை பனைவிளைக்குக் கூட்டிக்கொண்டு போய் நுங்கு சீவிப் போட்டு மாலைப் பதனீர் வாங்கித் தந்தார். அனந்தன் ஆற்றுச் சானல் மடைக்குக் குளிக்கக் கூட்டிப் போனார். பெரிய குளத்தில் மறுகரைக்கு நீச்சலடித்துப் போய் மலநீஞ்சல் போட்டுத்திரும்பினார்கள்.

அண்ணாச்சி இருக்கும்போது மதனி முகத்தில் ஒரு விகாசம் இருந்தது.

''ஒன்னால ஒங்க மைனியைத் தூக்க முடியுமாடா?'' என்றார் ஒரு நாள்.

''யம்மா... என்னால முடியாது''.

''தூக்கித்தான் பாரேன்...''

''வேண்டாம்மா, யானைக்குட்டி மாரியில்லா இருக்கா''.

''இன்னா பாரு நான் தூக்குகேன்''

மதனிக்கு சிரிப்பாணி தாங்கவில்லை. ''அத்தானும் தூக்குவாரு. கொஞ்ச நாளு போனா'' என்றாள் சிரிப்பின் ஊடே,

முரசும் தவிலும் அதிர்ந்து கொண்டிருந்தன. நமசு எழுந்தான்.

''அத்தான், எங்க புறப்படுகே...?''

''கோயிலுக்கு''.

''இன்னைக்கும் நாளைக்காலம்பறயும் கொடை பாத்துக்கோ... நாளைக்கு ராத்திரி சின்னப்பிள்ளையோ போகப்பிடாது. நடுச் சாமத்திலே பரணுக்கு மேலே பன்னிக்கு நெஞ்சை வகுந்து ஒரு குலை மட்டிப்பழம் உரிச்சுப்போட்டு சொள்ளமாடன் உதிரம் குடிக்கச்சிலே சின்னப் பிள்ளையோ தும்முனா எட்டாங் கொடைக்கு முன்னால ரெத்தம் கக்கி செத்துப் போவா... அதுமாரி கிடாவெட்டச்சிலேயும் இருமவோ தும்மவோ பிடாது''.

மதனி ஒரு தீவிர பாவத்துடன் சொன்னாள். இதெல்லாம் ஊரில் ஏற்கனவே அம்மா ஒரு முறை சொன்னதுதான். ''திசைபலிக்குப் போகும்போதோ வரும்போதோ எதுப்பு போகப்பிடாது. படப்புச் சோறு போடச்சிலே துப்பினி எறக்கப்பிடாது. மயானத்துக்குப் பூசைக்குப் போகும்போதோ வரும்போதோ கழுமாடன் கொண்டாடி கையில் இருக்கும், குந்தத்தை எத்தனை முறை குத்துவாரோ தரையிலே. எட்டாங் கொடைக்குள்ளே அத்தனை பேர் சாவார்கள்''.

கோயில் வாசலில் அதிகக் கூட்டமில்லை. கோயிலுக்கு இடதுபுறம் இருந்த அறுத்தடிப்புக் களத்தில் பெரிய பன்றி ஒன்றைப் பிணைத்துப் போட்டிருந்தனர். சின்ன யானை போல் நின்றது. நேர்ச்சைக்காரர் பன்றியின் கழுத்தில் நேரியல் கட்டி விட்டிருந்தார். நெற்றியில் சந்தனமும் குங்குமமும் அப்பப்பட்டிருந்தது. கடைவாய் ஓரம் தந்தங்கள் நீண்டிருந்தன. இதை எப்படி மார்பிளக்குமுன் உயிருடன் பரண்மேல் ஏற்றுவார்கள் என்று தெரியவில்லை. சற்றுத் தள்ளி வெள்ளாட்டுக் கடா ஒன்று கொம்பு முறுகி நின்றது. ஆட்டுக்கு

இத்தனை பெரிய விதைப்பையை நமசு இதற்கு முன் பார்த்ததில்லை. களம் பூரா ஆட்டுக்கடாவின் கோரோசனை வீச்சம். மயானத்தில் கழுமாடன் விளையாடி தூக்கிப்போட்டு குந்தத்தில் செருகும் துள்ளுமறி நாளைதான் கொண்டு வருவார்கள். சுடலைமாடனுக்கு அறுக்கவும் கழுமரத்தில் செருகவும் இரண்டு சிவப்புச் சேவல்கள். கொண்டைகள் வளர்ந்து சாய்ந்து கிடந்தன. சுடலைமாடன் வரத்துப்பாடக் கருங்குளம் நாராயணனை விட்டால் ஆளில்லை என்று பேசிக் கொண்டனர்.

சித்தப்பா வந்து சாப்பிடக் கூப்பிட்டுப்போனார். சாப்பிட்டு விட்டு மதனி வீட்டில் எட்டிப் பார்த்தான். சாப்பாட்டு ஏனத்தின் முன்னால் இருந்தாள்.

''எவ்வளவு முருங்கக்கோரு. எல்லாம் மைனி மூஞ்சினதா?''

சாய்வாக ஒரு பார்வை பார்த்தாள் மதனி.

வீடுகள் தோறும் விருந்தினர்கள்.

பானைக்குள்ளிருந்த பாச்சை உருண்டை வாசம் வீசும் வெள்ளாவித் துணிமணிகள். எல்லா வீட்டு முற்றங்களம் தூத்துத் தெளித்து, சாணிப்பால்மெழுகி பெரிய பெரிய கோலங்கள். தெருக்களில் வழக்கமாய்க் கிடக்கும் குப்பை கூளங்கள் காணோம். ஓரங்களில் நிற்கும் சக்கடாவண்டிகள் எல்லாம் களங்களினுள் கிடந்தன.

வில்லுப்பாட்டுக்கு ஆர்மோனியம் இழுக்க ஆரம்பித்த உடன் போய் உட்கார்ந்து கொண்டான் நமசு. சற்று நேரம் போக வேண்டும் குடம் அடிப்பவரும் கட்டைத் தாளம் அடிப்பவரும் லயித்து வாசிக்க. கோயிலைச்சுற்றிக் களபம், சந்தனம், மஞ்சணை, விபூதி, சாம்பிராணிப் புகை, பிச்சிப் பூவின் கலவை வாசனையாக இருந்தது. உள் படிப்புரையில் ஓரத்தில் உட்கார்ந்து பூக்கட்டிக்கொண்டிருந்தனர். அரளிப்பூ, மஞ்சணத்தி இலை, பிச்சிப்பூ, தாமரை, வாடாமல்லி, கொழுந்து, செவந்தி எல்லாம் குப்பம் குப்பமாகக் கிடந்தன. கமுகம் பூக்குலைகள் உரிக்கப்படாமலும் தாழம்பூக் குலைகள் பிரிக்கப் படாமலும் ஓரமாய்க் கிடந்தன.

ஏழு மணிக்கு வீட்டுக்குப் போனபோது, சித்தி இட்டிலி தின்னச் சொன்னாள். மதியச் சாப்பாடே மூன்றரை மணிக்குத்தான் ஆகி இருந்தது. சரியாகப் பசி இருக்கவில்லை.

''பொறவுண்ணா எப்பம்? நான் கோயிலுக்கு கொடை பார்க்கப் போயிருவேன்'' என்றாள் சித்தி.

''தொறவாலை மைனி வீட்டில் குடுத்திட்டுப் போறன். இட்டிலி அவிச்சு மூடி வச்சிருக்கேன். மொளவாடி இருக்கு. மத்தியானம் வச்ச சாம்பார் இருக்கு. பசிக்கச்சிலே வந்து தின்னுக்கோ என்னா? என்னைத் தேடமாட்டயே?''.

சாத்தாங் கோயில் திடலில் தனியாகக் கும்பம் ஆடிக் கொண்டிருந்தது. நமசு சற்று நேரம் கணியான் ஆட்டம் பார்த்தான். இனி பத்து மணிக்குமேல்தான் வில்லு வைப்பார்கள். வைத்தால் சாமி வந்து ஆராசனை ஆகி படப்புப் போட்டு பூ எடுக்கும்வரை நெரிபிரியாக இருக்கும். சுப்புக்குட்டிகணியான் இடது கையால் காதைப் பொத்திக்கொண்டு வலது கையை நீட்டிப் பாடிக் கொண்டிருந்தார். அவர் பக்கத்தில் ஒரு மகுடம், ஒரு தப்பட்டை, ஒரு பின்பாட்டுக் கணியான். நீள வாக்கில் எதிர்ப்புறம் ஒரு மகுடம், ஒரு தப்பட்டை, இரண்டு கணியான்கள் பெண் வேடம் தரித்து, கண்டாங்கி விரிந்து கட்டி, திருப்பன் வைத்துக்கட்டிய கொண்டையில் ஊசிகள் செருகி, முலைக் குமிழ்கள் வைத்து இறுக்கமாக ஜெம்பர் போட்டு, வாய் நிறைய வெற்றிலை போட்டு நீள வாட்டத்தில் ஆடிக்கொண்டிருந்தனர்.

குளத்தங்கரையை அடுத்த வேப்பமர முட்டில் சிறு தீ மூட்டி அதில் ஒருவர் தப்பட்டையின் தோலை வாட்டுவதும் லேசாகச் சுண்டிப் பார்ப்பதுமாக இருந்தார். பசிப்பது போலிருந்தது நமசுக்கு. சித்தி கூட்டத்தில் எங்காவது இருப்பாள், அல்லது கோயில் படிப்புரையில் வசதியாய் இடம் பிடித்து; ஆராசனை பார்க்கும் தோதில் உட்கார்ந்திருப்பாள். சித்தி வீடு ஊரின் வடக்குக் கோடியில் ஒரு முடுக்கில் இருந்தது. சித்திவீடு தாண்டினால் நல்ல தண்ணீர்க்

குளத்துக்குப் போகும் தடம் ஆரம்பித்து விடும். கணியானின் குரல் காதைத் தொடர்ந்து வந்து கொண்டிருந்தது. இருபத்தோரு நாட்கள் விரதம் இருந்து பாடும் குரலில் விசேடமானதொரு துடிப்பு. நாளை மதியம் உச்சிக்கொடைக்கு வலது முன்கையில் கீறி, தண்ணீர் தெளித்துத் துடைத்த இருபத்தேழு கன்னித் தலை வாழை இலைகளில் மூன்று சொட்டு ரத்தம் வீதம் படைக்க வேண்டும். வில்லுப் பாட்டுக்காரருக்கும் கிடாவெட்டும் இசக்கி முத்துக்கும் கூட விரதங்கள் இருக்கும்.

வழக்கத்துக்கு மாறாக எல்லாத் தெரு விளக்குகளும், வீடுகளின் முன் விளக்குகளும் எரிந்தன. எங்கும் வெளிச்சமே நிறைந்து கிடந்தது போல். பங்குனி மாதக் காற்று பதைப்பின்றி அலைந்து கொண்டிருந்தது. முடுக்கில் மதனி வீட்டில் விளக்கு வெளியில் தெரிந்தது. எதிர் வரிசையில் வீடுகள் இல்லை. களத்துச் சுவர் நீண்டு கிடந்தது.

மங்களாவில்கட்டிலில் படுத்து மதனி படித்துக்கொண்டிருந்தாள். இந்த ஆரவாரத்திலும் என்னதான் படிக்கிறாளோ? அரவம் உணர்ந்து எழுந்து உட்கார்ந்தாள். முட்டுக்கு மேல் கிடந்த சாரியைக் கரண்டைக்கு இறக்கினாள்.

''அத்தான்! என்ன வந்திற்றயோ?''

''வயிறு பசிக்கு, இட்டிலி தின்னுற்றுப் போலாம்னு வந்தேன்''.

''தொறவலு இருக்கா?'' என்றாள் சிரிப்புடன்

முன் கதவை ஒருச்சாய்த்துவிட்டு வந்து கதவைத் திறந்தாள்.

தட்டத்தை எடுத்து நாலு இட்டிலி எடுத்து வைத்தாள். மிளகாய்ப் பொடி பரணியையும் நல்லெண்ணெய்க் கிண்ணத்தையும் எடுத்து வைத்துக் கொண்டு உட்கார்ந்தான்.

''சாம்பார் ஊத்தல்லியா?'' என்றாள். எதிர்த்தாற்போல் குத்துக்காலிட்டு அமர்ந்தாள். நமசுக்குக் கூச்சமாக இருந்தது.

''ஒத்தையிலே தான திங்கே? சாப்பிடுகியான்னு ஒரு வார்த்தை கேட்டயா?''

‘‘கேக்கதுக்கு என்ன இருக்கு? ஒரு தட்டம் எடுத்து வச்சுக்கிட்டு இருக்க வேண்டியதுதானே!’’

‘‘ஏன், ஒந்தட்டத்திலேருந்து எடுத்து திங்கப்பிடாதா?’’

‘‘ஐயே, எச்சியில்லா?’’

மதனி அதைப் பொருட்படுத்தவில்லை. ஒரு இட்டலியை எடுத்துப் பிட்டுத் தின்ன ஆரம்பித்தாள். ஒரு துண்டை எடுத்து மிளகாய்ப்பொடி முக்கி அவன் வாயருகில் நீட்டினாள். நமசு முகத்தைத் திருப்பினான்.

‘‘சும்மா வாங்கிக்கோ, நீ சின்னப் பிள்ளையா இருக்கச்சிலே இடுப்பிலே தூக்கிச் செமந்து இட்டிலிபுட்டுத் தந்திருக்கேன்’’.

‘‘அப்பம் இடுப்பிலே வச்சம்னுட்டு இப்பம் தூக்கி வச்சுக்கிட முடியுமா?’’

‘‘ஆசையா இருக்குன்னா சொல்லு... தூக்கிக்கிட்டு கொஞ்சம் நடக்கேன்...’’

‘‘யம்மா... நீ செய்தாலும் செய்வே!’’

தட்டத்தை அங்கணத்தில் போட்டு, பரணியை, கிண்ணத்தை மூடி வைத்துவிட்டு கைகழுவி வெளியே வந்தான்.

மதனி வீட்டைப் பூட்டிக்கொண்டு வந்தாள்.

‘‘நீங்க கொடை பாக்க வரல்லியா?’’ என்றான் மதனி வீட்டினுள் நுழைந்ததும்.

‘‘எனக்கு அந்தக் கூட்டத்திலே போயி நிக்கப் பிடிக்காது’’.

‘‘அப்பம் விளக்கை அணைச்சுக்கிட்டு உறங்குங்கோ’’.

‘‘இரி, போலாம். ஒரு பறத்தம் புடிச்சவன்...’’

காற்றில் வில்லுப்பாட்டு ஓசை காதில் மோதிக் கொண்டிருந்தது.

சீவலப்பேரி ஆற்றில் குளித்து கோயிலை வலம் வந்து கொண்டிருந்தார் சுடலைமாடன். புடைசூழப் பேச்சி அம்மன்,

சங்கிலி பூவத்தான், புலைமாடன், கழுமாடன், பட்டன், முண்டன், வண்டிமலச்சி அம்மன், முப்பிடாரி, சந்தனமாரி, மாடன் தம்பிரான், இசக்கி அம்மன்..

இனி பாட்டும் மேளமும் நல்ல ஈர்ப்புடன் இருக்கும். ஏதோ பேசிக்கொண்டிருந்த மதனி எழுந்து போனாள். சற்று நேரத்தில் உள்ளே இருந்து குரல் கேட்டது.

அறையினுள் இருள் சேமித்து வைத்திருந்தார்கள் போலும். மூக்கருகில் உராய்ந்த மதனியின் கன்னம் மிருதுவாக இருந்தது. மாலையில் பூசிய பவுடரின் லேசான மணம். தழுவலில் கிளர்ந்த மெல்லிய வீறொன்று வளர்ந்து பல்கிப் பெருகி உடலும், மனமும் ஆகித் துடித்தது. பிச்சிப் பூவின் விரிந்த வாசனை கவிந்து மூடிக் கொண்டிருந்தது.

நேரத்தை அனுமானிக்க முடியவில்லை. வில்லுப் பாட்டின் சத்தம் துடிப்புடன் கேட்டுக் கொண்டிருந்தது. பூ எடுப்புக்கு ஆயத்தம் ஆகிக் கொண்டிருக்கும் போல. நையாண்டி மேளத்தின் ஒலி தூரத்தில் செல்லம் கொஞ்சிக் கொண்டிருந்தது.

அயர்வாக இருந்தது. நூதனமானதோர் கூச்சம். மதனி முகத்தில் மெல்லிய பூந்தென்றல். கன்னத்தில் தட்டி, ''மொகத்தைக் கழுவீட்டுப்போ'' என்றாள். ''போட்டீ மூதி'' என்று மனதில் திட்டினான் எரிச்சலில். சற்றுப் பதற்றமாக இருந்தது. தெருவில் இறங்கி நடக்கையில் காற்றும் குளிர் சுமந்து வந்தது. கால்களில் புகுந்த அச்சம் நடையைத் துவளச் செய்தது.

நமசு கோயிலை அடைந்தபோது வில்லின் முறுகிய நாண் டங்காரம் செய்து கொண்டிருந்தது. அருகில் முரசொன்று முழங்கிக் கொண்டிருந்தது. கோயிலுக்குள் நுழைவது மிகவும் சிரமமான காரியமாக இருந்தது.

உட்புகுந்தபோது காட்சி தெளிவாகிக் கொண்டு வந்தது.

குளத்தில் குளித்து ஈரவேட்டியை மடித்து அதன் மேல் துவர்த்தை முறுக்கிக்கட்டி நெற்றியில் திருநீறு பூசி அவரவர் பீடத்துக்கு முன்னால் சாமி கொண்டாடிகள் கைகூப்பி கண் மூடி

நின்று கொண்டிருந்தனர். சுடலைமாடன், பேச்சியம்மன் சிலைகளுக்குச் சந்தனக்காப்பு. வெள்ளியால் கண், வாய், மூக்கு - கமுகம் பூவின் வெள்ளைப் பிஞ்சுகளினால் கோரத்தந்தம். அழகும் அச்சமூட்டும் கவர்ச்சியும்.

வில்லா, வீசுகோலா, பானையா, முரசா, தவிலா, நாதசுரமா என்று பிரித்தறிய முடியா ஒலிக்கலவை. முதலில் சடலைக்கும் பிறகு மற்ற சாமிகளுக்கும் தீபாராதனை ஆகியது.

முரசு கால்களைப் பறித்துக் கொண்டிருந்தது.

''ஓயேவ்...'' என்றொரு சத்தம்.

உள்வாங்கிய ஒலியில் சில முக்காரங்கள். சில உடல் முறுகிய குலுங்கல்கள்.

''ஓயேவ்...'' என்று மற்றொரு சத்தம்.

கற்பூரம் எரியும் வாசனை, சாம்பிராணிப் புகை...

உடம்பை முறுக்கி, பற்களால் சுண்டைக் கடித்து, கைகளை வான் நோக்கி விரித்து, பிரபஞ்ச வெளியின் இயக்கங்களை அசைவுகளினால் ரேகைப்படுத்தவது போல...

இரட்டைத் தவில்களும் முரசுகளும் நாதசுரங்களும் தீவிர கதியில் இயங்கிக் கொண்டிருந்தன. சுடலையை இரண்டு பேர் ஆவி சேர்த்துக் கட்டிப் பிடித்து மணிகள் கோத்த சல்லடம் மாட்டி அதன் மேல் கச்சையை இறுக்கிக் கொண்டிருந்தனர். மாரின் குறுக்கே பாச்சக்கயிறு. தலையில் குஞ்சம் வைத்துக் கட்டி, தாழம்பூக் குருத்துச் செருகி, கைக்கு வெள்ளிக் கங்கணங்கள் பூட்டி, கழுத்தில் மாலை சூட்டி, கையில் வெள்ளி வெட்டுக் கத்தி கொடுத்து -

சுடலைமாடன் பீடத்தைப் பார்ப்பதும் முறுவலிப்பதும் வானவெளியை வெறிப்பதும் வெட்டுக் கத்தியைத் தோளில் சாத்திக்கொண்டு லயம் வைத்து ஆடுவதுமாய் -

ஒவ்வொருத்தருக்கும் ஒவ்வொரு லயம். ஒவ்வொரு சுவடு. ஒவ்வொரு பிளிறல். ஒவ்வொரு ஆயுதம். ஒவ்வொரு முகக்குறி...

சாமிகளை வரத்தி நிறுத்தியதுடன் வில்லோசை நின்றுவிட்டது. முரசுக்காரர்கள் வியர்த்து வழிந்து கொண்டிருந்தனர். அவர்களே வாத்தியங்கள் ஆகிவிட்டது போல அல்லது வாத்தியங்கள் தம்மை வாசித்துக் கொள்வதைப் போல...

ஒரு சாமி கொண்டாடி அதிக அரவம் இன்றி கமுகம்பூக் குலையுடன் கொஞ்சிக் கொண்டிருந்தார். ஒருத்தர் பனையோலைக் கொட்டான் கொட்டானாக மஞ்சணை அள்ளி விழுங்கிக் கொண்டிருந்தார். ஒருத்தர் வெள்ளி வாளால் இரண்டு தோள்களிலும் ''மளார் மளார்'' என்று மாறி மாறி அறைந்து கொண்டிருந்தார்.

நாதசுரங்கள் இரண்டும் கழுமாடன் காதுகளைப் பிளந்து கொண்டிருந்தன. இருபத்தேழு பீடங்களிலும் கழுமாடனுக்குத்தான் கடைசியாக ஆராசனை வரும். வந்தால் அதிக ஆட்டமில்லை. ஒரு பிளிறல், சிறு துள்ளல், ஒரு முக்காரம், பாய்ந்து சென்று பீடத்தில் இருந்து குந்தம் எடுத்து ஒரு சாட்டம். பிறகு அவர் ஆராசனை முடிந்து அடங்கும்போதுதான் குந்தத்தை சாமி பீடத்தில் வைப்பது. அதன் இடையில் நிலத்தில் ஊன்றினால் அது வரப்போகும் சாவுக்கு முன் கூறல். கழுமாடன் ஆராசனை நெடுநேரம் நிலைத்து நிற்பதுமில்லை.

கழுமாடனுக்கு ஆராசனை வந்ததும் கோயில்நடைக்கு நேரே சுடலைமாடன் பீடத்துக்கு நேரே ஆளொதுங்கியது. கழுத்தில் துவர்த்துப் போட்டு முறுக்கிப் பிடித்தபடி ஆட்டுக்கடாவை இழுத்து வந்தனர்.

சட்டென நின்றன மேளங்கள். கூட்டத்தின் தள்ளலில் விழுந்து விடாமல் ஒரு தூணைப் பிடித்தபடி உன்னிப் பார்த்தான் நமசு. சுடலைமாடன் சிலையின் கழுத்தில் கிடந்த மாலை ஒன்றைக் கழற்றி வந்து கடாவின் கழுத்தில் சூட்டினார் பூசாரி.

எல்லாத் துடிப்புகளும் நின்று ஒரு அனக்கமும் இல்லை. கடாவின் தலை சுடலையின் பீடத்துக்கு நேராக - கோளாறு இல்லாமல் வளர்ந்திருந்தன கொம்புகள். இசக்கிமுத்து முரசைக் கழற்றிக் கொடுத்துவிட்டு, சிவப்புத் துணி சுற்றி வைத்திருந்த

வெட்டுக் கத்தியை எடுத்தார். ஒரு பாகம் நீளம் இருந்தது. நல்ல சுத்தமான இரும்பில் பருவம் பிடித்துத் தீட்டிய சுடர் ஒளி பாய்ச்சியது.

பூசாரி செம்பில் நீர் கொண்டு வந்து கடாவின் தலையில் தெளித்தார். நெற்றியில் திருநீறு அப்பினார். நேர்ச்சைக்காரர் ஆட்டுக்கு முன்னால் குத்துக்காலிட்டு அமர்ந்து கமுகம் பூவை நீட்டினார். கடா எந்தக் கவலையும் இன்றி, பரக்கப் பரக்கப் பார்த்துக் கொண்டு நின்றது. கடா உடை கொடுக்காவிட்டால் பலியை வாங்கச்சுடலைக்குச் சம்மதம் இல்லையென்று அர்த்தம்.

முரசுக்காரர் பளபளக்கும் வெட்டுக் கத்தியைக் கையில் பிடித்தபடி சுடலைமாடன் கொண்டாடி முன்னால் போய்க் குனிந்து நின்றார். சுடலைமாடன் கொப்பரையில் இருந்து திருநீற்றை அள்ளி வானோக்கி எறிந்து இசக்கிமுத்து தலையில் தூவி நெற்றியில் பூசினார். பூசாரி மறுபடியும் செம்புத் தண்ணீரை ஆட்டின் தலையில் தெளித்தார். ஒரு சிலிர்ப்பும் இன்றி ஆடு சிவனே என்று நின்றது.

சூழ்நிலையில் இறுக்கம் அதிகரித்துக் கொண்டு போனது. மௌனம் அடர ஆரம்பித்தது. நேர்ச்சைக்காரர் முகத்தில் கலவரத்தின் சாயம். வரப்போகும் பெருந் துக்கத்தின் அச்சாரம். திடீரெனக் கழுமாடன் ''ஓயேவ்...'' என்று பிளிறினார் நமசின் கால்கள் வெடவெடவென நடுக்கம் கண்டன. நெஞ்சப் படபடப்பைப் பக்கத்தில் இருப்பவர் கேட்கலாம் போல.

''ஓயேவ்...'' என்று சுடலைமாடன் மறு பிளிறல். நமசுக்குத் திகைப்பாக இருந்தது. பயம் பயங்கரமாய் நெருக்கியது. பக்கத்தில் நின்றிருந்தவரின் மூக்குப் பொடி நமசு மூக்கில் ஒரு தீவிரமான நெருக்கடியை ஏற்படுத்தியது.

''ஓயேவ்...''

''ஓயேவ்...''

சடாரென ஆடு தலையை ஒரு சிலுப்புச் சிலுப்பியது.

''சதக்''கென்று வெட்டுக்கத்தி ஆட்டின் கழுத்தில் ஓடி இறங்கும் ஓசையும் ''நச்''சென்று நமசின் தும்மலும்.

"வெட்டாங்கிடு வெட்டாங்கிடு வெட்டாங்கிடு" என்று ஒற்றை முரசின் கம்பீரம். முரசின் அதிர்வுபோல் ஆட்டின் உடல் கிடந்து பதைத்தது. நமசுக்குப் பரபரப்பாக இருந்தது.

மறுபடியும் ஆராசனைக்காரர்களின் ஆட்டத்துக்குத் தோதான முரசொலி "டண்டணக்கு டண்டணக்கு டண்டணக்கு..."

சுடலைமாடனும் கழுமாடனும் திசைபலி செய்யவும் மயானப் பூசைக்கும் போனார்கள். கூட ஒற்றை முரசு, இசக்கிமுத்து, ஆராசனைக்காரர்களைப் பாய்ச்சல் கயிறு போட்டுப் பிடிக்கும் திடம் கொண்டவர்கள், ஒரு தீவட்டி, எண்ணெய் ஊற்றுபவர், திசைபலிப் பொருட்கள் கொண்ட பனையோலைக் கடவம் சுமந்தவர்.

சுற்றிலும் கூட்டம் தளர்ந்த தொய்வு. நமசுக்கு அங்கு நிற்கப் பிடிக்கவில்லை. மனம் திகில் அடர்ந்திருந்தது. தீட்டுடன் கோயிலுக்குப் போயிருக்கக் கூடாது என்று தோன்றியது.

சித்தி வீட்டுக்கு வந்து படுத்தபோது நெடு நேரம் உறக்கம் வரவில்லை. மனம் வெட்டுப்பட்ட ஆட்டின் உடல் போல் பதைத்துக் கொண்டிருந்தது. மதனிமேல் கோபம் வந்தது. உறக்கம் சூழ்ந்த போது கனவுகளாய் வந்தன.

சுடலைமாடன் பீடத்துக்கு நேராய், ஆட்டின் உடல் கொண்டு, ஓங்கிய வெட்டுக் கத்திக்குத் தலை சாய்த்து நிற்பதைப் போல, மதனி துரத்த பெரிய விதைப்பையுடன் சேம்புப் பூப்போல் எட்டிப் பார்க்கும் குறியுடன் கொம்புகளை உதறி ஓடுவது போல,

வயறு பிளந்து பரண் மேல் பன்றியாய் மதனி கிடப்பதைப் போல,

காய்ச்சல் பொங்கிப் பொங்கி வந்தது.

நினைவும் பிறழலுமாய் -

ஊரெங்கும் இறைச்சிக் கறி மணம்.

தலைமாட்டில் உறுத்துப் பார்த்தக்கொண்டு, மூக்குப் பொடி வாசம் வீசும் சுடலைமாடன்...

குந்தம் எத்தனை முறை நிலத்தில் ஊன்றியது என்று யாரோ உரத்துக் கேட்பது;

"போலே அசத்து" என்று மதனி செல்லமாய் அதட்டுவது;

தணுப்பான கையொன்று சூடான சாம்பலை நெற்றியில் பூசி விட்டுப் போனது...

"எட்டாங் கொடை கழியணும்!" என்றார்கள் யாரோ.

காய்ச்சலும் மயக்கமும் போதையாக இருந்தது நமசுக்கு.

தினமணி கதிர்,
செப்டம்பர் 1994

2

அம்பாரி மீது ஒரு ஆடு

முருகானந்தா ஹாலில் முத்தமிழ்ச் சங்கத்தின் நாடக விழா இன்று தொடங்குகிறது என்று சின்னக் கண்ணுவுக்கு ஏற்கெனவே தெரியும். எனவே ஆறரை மணிக்குள் சுவாமிநாதன் ஆபீஸில் இருந்து புறப்பட்டு விடுவார் என்று நினைத்தான். அப்படியானால் மலபார் ஹில்ஸ் போய்ச் சாப்பிட்டு உடை மாற்றி மனைவியோடு மட்டுங்காவில் இருக்கும் முருகானந்தாவை எட்டு மணிக்குள் அவர் அடைய முடியும். எனவே ஆறு மணிக்கெல்லாம் அவன் கார் கதவைத் திறந்து வைத்துக்கொண்டு உட்கார்ந்து விட்டான்.

இன்று எட்டரை மணிக்கெல்லாம் வீட்டுக்குப் போய்விடலாம் என்ற நினைப்பு அவனுள் மகிழ்ச்சியைக் கிளர்த்திற்று. ஒரு கணேஷ் பீடியைப் பற்ற வைத்துக்கொண்டு அக்கம்பக்கத்தை வேடிக்கை பார்க்க ஆரம்பித்தான்.

சாதாரண நாட்களில் சுவாமிநாதன் எட்டு மணிக்குள் ஆபீசை விட்டுக் கிளம்பியதில்லை. தினமும் ஏதாவது ஒரு காரணம் இருக்கும். அவரையும் காரையும் மலபார் ஹில்ஸில் விட்டு விட்டு அப்புறம் பஸ் பிடித்து அவன் வீட்டுக்குப் போய்ச் சேர ஒன்பதரை மணியாவது ஆகும். எனவே, இந்தச் சங்கீத நாடக விழா சீஸன்களை, பொருள்வயிற் பிரிந்த கணவன் வரவு பார்க்கும் சங்க காலப் பெண்ணைப் போல, சின்னக்கண்ணு ஆவலோடு எதிர்பார்ப்பான். ஹால் முன்னால் காரை பார்க் செய்து, பூட்டிச் சாவியைக் கொடுத்து விட்டு அவன் போய்விடலாம். திரும்புகையில் சுவாமிநாதனே டிரைவ் செய்வார். அவர் மனைவிக்கும் டிரைவிங் தெரியும். ஆனால்

இரவு பதினோரு மணிக்குப் பிறகு ஒருவர் பார்வையிலும் படாமல் தான் டிரைவ் செய்வதும் செய்யாமலிருப்பதும் ஒன்றுதான் என்பதால் அந்த அம்மாள் கணவரையே ஓட்டச் செய்வாள்.

தமிழ் கல்ச்சுரல் புரோக்ராம் ஒன்று விடாமல் சுவாமிநாதன் பார்ப்பதற்குக் காரணம் கலை மீது கொண்ட கணக்கற்ற காதலல்ல. கஃப்பரேடின் இருபத்து நாலு மாடிக் கட்டடம் ஒன்றின் பதினெட்டாவது ஃப்ளோரில் ஏர்-கண்டிஷன்ட் 'ஜில்'லில் உட்கார்ந்து பெர்கின்ஸன் அண்ட் தாகூர் கம்பெனி லிமிடெட்டின் அகில இந்திய மார்க்கெட்டிங் டிவிஷனை ஆட்டிப் படைப்பதுதான் காரணம். வாரத்தில் நான்கு நாள் சென்னை, கல்கத்தா, டெல்லி என்று தாவுகின்ற உச்சித் தட்டுக் குடிமக்களில் அவரும் ஒருவர்.

புள்ளி போட்டுச் சொல்லும் தமிழ்க் கனவான்களில் அவர் ஒருவர் என்பதால் அவரிடம் விளம்பரம் வாங்காமல் எந்தத் தென்னிந்திய அமைப்பும் சாவனீர் வெளியிட்டதில்லை. தந்த விளம்பரத்திற்கு நன்றிக் காணிக்கையாக அந்தந்த அமைப்புகள் நடத்தும் கலை விழாக்களில் முதல் மூன்று வரிசைகளுள் அவருக்கு இரண்டு காம்ப்ளிமெண்ட்ஸ் கிடைத்துவிடும். சுவாமிநாதனை விட அவர் மனைவிக்கு இது மிக அத்தியாவசியமான விஷயம். ஆகையால் - பிறகு வேறு எதைத்தான் லேடீஸ் கிளப்புகளிலும், கல்யாணவீடுகளிலும், சினிமாதியேட்டர்களிலும், அக்கம் பக்கத்திலும் பேசுவது - அந்தக் காம்ப்ளிமெண்டையும் அவர்கள் வீணடித்ததில்லை.

மரின் லைன் ஸ்டேஷன் தாண்டி சௌபாத்தி பீச்சைக் கார் நெருங்கிக் கொண்டிருந்தது. அண்டர்வேர், பனியன்களின் விளம்பரத்துக்கான கலர் விளக்குகள் பச்சை, சிவப்பு, ஊதா என்று கண் சிமிட்டலுற்றன. மாறி மாறி அந்த நிறங்கள் தண்ணீரில் பாய்ந்து - சாண்டில்யன் பாஷையில் - மாயாஜாலமும் இந்திர ஜாலமும் பண்ணியவாறிருந்தன.

சுவாமிநாதன் கடலலைகளைப் பார்த்துக் கொண்டிருப்பது கண்ணாடி மூலம் சின்னக்கண்ணுவுக்குத் தெரிந்தது. சாதாரணமாக அவனோடு அவர் பேசுவதில்லை. சில சொற்களில் வெறும் கட்டளைகள் மட்டும்தான் உதிரும். எனவே வசதியான மௌனம் சின்னக்கண்ணுவைக் கவியும்.

ஆனால் அவர் மனைவி கார் ஓட்ட, சின்னக் கண்ணு மட்டும் காரின் பின் சீட்டில் நாணி உட்கார்ந்து பயணம் செய்கையில் அந்த அம்மாளின்சளசளப்பைக்கேட்கும்போது, சுவாமிநாதனின்மௌனமே மேலானதாகத் தோன்றும். என்றாலும் பிழைப்புக் கருதி அவள் எதிர்பார்க்கும் மெய்ப்பாடுகளை அவன் காட்டத் தவறியதில்லை.

சிந்தனையைத் தறித்துவிட்டு மலபார் ஹில் ஏற்றத்தில் ஏறுவதற்காக அவன் கியரை மாற்றினான். முக்காரமிட்டுக் கொண்டு கார் எகிறிப் பாய்ந்தது. குன்றின் மேலேறி முன்னாள் மகாராஜா ஒருவருக்குச் சொந்தமான அந்தக் கட்டடத்தின் முன் காரை நிறுத்தினான். இறங்கிக் கதவைத் திறந்து, சுவாமி நாதனின் வி. ஐ. பி. பிரீஃப் கேசை வாங்கினான் சின்னக்கண்ணு.

ஒருகையில் கோட்டும் மறுகையில் ஃபைலுமாகச்சுவாமிநாதன் நடந்தார். கார்கதவுகளைப் பூட்டிக்கொண்டு அவன் பின் தொடர்ந்தான்.

மணி ஏழுதான் ஆகியிருந்தது. எப்படியும் அவர்கள் தயாராகிக் கீழே இறங்கி வர இன்னும் அரைமணி நேரமாவது ஆகும். சின்னக்கண்ணு காம்பவுண்ட் வாசலில் நின்ற கூர்க்காவோடு வம்பளக்க ஆரம்பித்தான்,

"அங்கிள்..." என்ற சிறு குரல் ஒன்று அவன் பேச்சை மறித்தது. திரும்பினான். கிரௌண்ட் ஃப்ளோரில் இருக்கும் சிறுமி. பத்து வயதிருக்கும். என்ன என்று கேட்டுச்சின்னக்கண்ணு சிரித்தான். காலையில் வரும்போது ஒரு பாக்கெட் பாப்பட் வாங்கி வர வேண்டுமாம். இங்கிலீஷ் அக்செண்டுடன் அது பேசிய தமிழ் அவனுக்குச்சிரிப்பைத் தந்தது. பப்படம் வாங்கி வருகிறேன் என்று காசை அவன் வாங்கிக் கொண்டதும், 'தாங்க் யூ அங்கிள்' என்று சொல்லிவிட்டு ஓடியது. இன்னும் இரண்டு மூன்று ஆண்டுகள் போனால் இந்த 'அங்கிள்' என்ற பதம் மாறி 'டிரைவர்' என்ற விளியாக இறுகும் என்று அவன் எண்ணினான்.

"டிரைவர்... டிரைவர்..."

விளியோசை கேட்டுச் சுவாமிநாதன் இருக்கும் முதல் ஃப்ளோரில் பால்கனியை அவன் ஏறிட்டுப் பார்த்தான். அவர் மனைவி. இது போல் அவர்கள் சாப்பிட்டு, நிகழ்ச்சிகளுக்குப் புறப்படும்போது அவன் வயிற்றுக்கும் ஏதாவது ஈயப்படுமாகையால், அதற்காகத்தான் கூப்பிடுகிறார்கள் என்று நினைத்து; அவன் மேலே போனான்.

''இன்னைக்குப் புரோக்ராம் போக முடியாதுப்பா... ஈவினிங் ஃபிளைட்லே மெட்ராஸ்லேருந்து மாப்பிள்ளையும் பொண்ணும் வந்திருக்கா...''

எதிர்க்கட்சித் தலைவர் போல் இடைமறித்து அவர் மனைவி சொன்னாள்.

''டிக்கெட் வேஸ்டாப் போகுமே!''

அந்தக் குரலில் டிக்கெட் வீணாகிப் போகிறதே என்ற வருத்தத்தைவிட, நாளை சந்திப்பவர்களிடம் இன்ன காரணத்துக்காக டிக்கெட்டை வேஸ்ட் செய்தோம் என்று சொல்லலாமே என்கிற பெருமை தூக்கலாக ஒலித்தது.

''அப்ப நான் வரட்டுங்களா...?'' சின்னக்கண்ணு கேட்டான்.

''கொஞ்சம் இரு... ஏங்க, இன்னைக்கு சின்னக் கண்ணுதான் டிராமாவுக்குப் போகட்டுமே! நாளைக்கு நாம் போகும்போது டிக்கெட்டை வாங்கிட்டாப் போச்சு...''

பாழாகப் போவது பசு வயிற்றில் போகட்டுமே என்று சுவாமிநாதன் நினைத்தாரோ என்னவோ?

''சரி... நீ காரைப் பார்க் செய்து லாக் பண்ணிட்டு சாவியைக் கொண்டு வா...'' என்றார்.

✧ ✧ ✧

பம்பாயில் தமிழன் செய்த சாதனைகளின் சிகரம் போன்று முருகானந்தா கலையரங்கு நிமிர்ந்து நின்றது. (வேதனைகளின் சிகரத்தை இன்னொரு சந்தர்ப்பத்தில் சொல்கிறேன்).

எத்தனை நிறங்களில் இதுவரை பட்டுப் புடவைகள் தயாராகி இருக்கிறதோ, அத்தனை நிறங்கள், கனகாம்பர, மல்லிகைப் பூக் குலுங்கல்கள், செஞ்சாந்துத் திலகங்கள், குங்குமப் பரத்தல்கள், இடுப்பில் மடிந்த சதைகள்!

டை கட்டிய, ஸ்வெட்டர் போட்ட, மஃப்ளர் சுற்றிய, வேட்டியைத் தூக்கிக் கட்கத்தில் செருகிய, கண்ணாடி போட்ட, கையில் குழந்தையைப் பிடித்த ஆண்கள்.

கலையரங்கின் ஃபோயர் கலகலத்துக் கொண்டிருந்தது. முத்தமிழ்ச் சங்கத்தின் பாட்ஜ் குத்திய பிரமுகர்கள்-

''ஹலோ சார்!''

''ஹௌ ஆர் யூ சார்?''

''வெரி கைன்ட் ஆஃப் யூ சார்...!''

''தாங்க் யூ ஸோ மச் சார்...''

''ஓகே சார்....''

''ஃபைன் சார்...''

''எக்ஸாக்ட்லி எய்ட்டோ கிளாக் சார்...''

''ஸீ யூ சார்...''

என்று சிரித்து, மழுப்பி, கை குலுக்கி, குழைந்து, நெகிழ்ந்து, குனிந்து, ஊற்றெழும் நன்றிப் பெருக்கால் தொந்தி நனைந்து நனைந்து....

வந்தவர்களில் சிலர் பாக்கெட்டிலிருந்து விளம்பரத்துக்கான செக்கை எடுத்து மறைவாகத் தந்தார்கள். சங்கப் பிரமுகர்களின் வாய் லோகல் ட்ரெய்ன் போல நீண்டு தெரிந்தது.

இவர்களின் ஊடேயும் வெளியேயுமாக விக்டோரியா அரசி கவுனை இரண்டு விரல்களால் இரண்டு புறமும் சில அங்குலங்கள் உயர்த்திப் பிடித்து நடப்பதைப் போல, குமரிகள்... பார்கார்னைக் கொறித்துக் கொண்டு சிறுமிகள்... நெற்றி முடியைக் குலுக்கிய குமரர்கள். பேதை தொடங்கிப் பேரிளம் பெண் ஈறாக உரசிக் கொண்டு நடந்து ஜென்ம சாபல்யம் பெறும் இளைஞர்கள்.

மணி எட்டு அடித்தது.

குறித்த நேரத்தில் நிகழ்ச்சியைத் தொடங்குவது என்பது முத்தமிழ்ச் சங்கத்தின் சரித்திரத்தில் இல்லாத ஒன்று என்பதைத் தெரியாவதர்கள் பரபரவென்று ஹாலுக்குள் நுழைந்தார்கள். தெரிந்தவர்கள் இன்னும் பேசிக்கொண்டு நின்றார்கள்.

நேரமாகி விட்டதோ என்ற அச்சத்தில் கேட்டில் நின்றவனிடம் அழைப்பைக் காட்டிவிட்டுச் சின்னக் கண்ணு ஃபோயருக்கு வந்தான்.

இதற்கு முன் அவன் முருகானந்தா கலையரங்கில் ஒன்றிரண்டு முறை நுழைந்திருக்கிறான். அதெல்லாம் அவன் காசு கொடுத்து வாங்கிய டிக்கெட்டுகள். எனவே செகன்ட் பால்கனியில் 'கே' அல்லது 'எல்' வரிசையில் ஒரு மூலையில் இரண்டு ரூபாய் டிக்கெட்டு களுக்கான சீட்டில்தான் அவனால் உட்கார முடிந்திருக்கிறது.

இம்முறை கிரௌண்ட் ஃப்ளோரில் 'பி' வரிசையில் நாற்பது - நாற்பத்தொன்றுக்கான டிக்கெட் கைக்கு வந்தபோது பரமபதம் கிடைத்து விட்டதைப் போன்ற எக்களிப்பு அவனுக்கு.

அதுவும் எஸ்.ஆர்.பிரபாகரின் பாரத் தியேட்டர்ஸ் அளிக்கும் 'பூடக இரும்பொறையன்' நாடகம். பாரத் தியேட்டர்ஸ் நாடகம் என்றாலே மாயாஜாலக் காட்சிகள், பிரமாண்மான அரங்க நிர்மாணங்கள் எல்லாம் புகழ் பெற்றவை. அதிலும் இந்தப் பூடக இரும்பொறையன் பல முறை அரங்கேறிய புகழ் பெற்ற நாடகம்.

எனவே வயிறு பசித்தாலும் இடைவேளையில் பார்த்துக் கொள்ளலாம் என்று ஒருவகைப் பரபரப்புடன் அரங்கினுள் நுழைந்தான் சின்னக்கண்ணு. அவன் கையிலிருந்த டிக்கெட்டின் மீது டார்ச் அடித்துப் பார்த்து, அதிசயம் போல் அவனை அளந்து, இரண்டாவது வரிசைக்கு வழி காட்டினான் மஞ்சள் யூனிஃபார்ம் அணிந்த சேவகன்.

தன்னுடைய சீட்டில் உட்கார்ந்து நிதானித்த பிறகு, சுற்று முற்றும் கண்களை ஓட்டினான். அவனுக்குத் திகிலாக இருந்தது. எல்லோரும் தன்னையே பார்ப்பது போன்ற ஒரு குறுகுறுப்பு. வீட்டிற்குப் போய் அந்த டிரைவர் யூனிஃபார்மை மாற்றிவிட்டு வந்திருக்கலாமோ என்று அவனுக்குத் தோன்றியது.

மாணிக்கக் கற்களை அலுமினிய மோதிரத்தில் பதித்ததைப் போன்று இந்தச் சுற்றுப்புறப் பளபளப்புக்களின் நடுவே தான் இருப்பதாக உணர்ந்தான். ஒரு வகையான தாழ்வு மனப்பான்மையும் குற்ற உணர்வும் அவனை எரிக்க முற்பட்டன. இவர்களெல்லாம் தன்னைப் பார்த்துக் கேலி செய்து சிரிப்பதைப் போன்று அவனுக்கு அவமானமாக இருந்தது. இருப்புக் கொள்ளாமல் சீட்டில் நெளிந்தான். முப்பத்தெட்டு முப்பத்தொன்பதில் அமர்ந்திருந்த, அம்மாவும் பெண்ணும் போன்ற அந்தப் பெண்களை இலேசாகத் திரும்பிப் பார்த்தான். அவனைச் சங்கட உணர்ச்சி தவிக்கச் செய்தது.

மணி எட்டேகாலும் ஆயிற்று. அநேகமாக ஹால் நிரம்பி விட்டது. பலர் அவசர அவசரமாக வந்து கொண்டிருந்தனர். இவன் மறு பக்கத்தில் - நாற்பத்திரண்டு நாற்பத்து மூன்றில் - முப்பதும் முப்பத்து ஐந்துமான இரண்டு பெண்கள் வந்து உட்கார்ந்தார்கள்.

உட்கார்ந்தவர்களின் முகம் சின்னக்கண்ணுவைப் பார்த்து இலேசாகக் கறுத்தது. திருடுகையில் கவனிக்கப்பட்டதைப் போன்று அந்த ஏர் - கண்டிஷன்ட் ஹாலில் அவனுக்கு வியர்த்தது. எழுந்து போய்விடலாமா என்று அவனுக்குத் தோன்ற ஆரம்பித்தது.

இருந்தாலும் நாடகம் பார்க்கின்ற சபலம். தான் என்ன டிக்கெட் இல்லாமலா வந்திருக்கின்றோம் என்ற துணிச்சல் - அவன் வசதியாக உட்கார்ந்தான்.

'ஙணஙண...' என்று நாடகத்தின் முதல் மணி அடித்தது. முன் வரிசையில் சரிகை அங்கவஸ்திரத்தோடு வந்த யாரோ ஒரு பிரமுகரை அமர்த்திக் கொண்டு நிமிர்ந்த சங்கச் செயலாளரைச் சின்னக் கண்ணுவின் பக்கத்தில் இருந்த பெண், விரல் நீட்டி அழைத்தாள். தாசித் தரகன் போலக் குழைந்த அவர் காதில் இவள் கிசுகிசுப்பதைச் சின்னக்கண்ணு சந்தேகத்தோடு கவனித்தான். ஓரக் கண்ணால் அவன் கவனிப்பதையும் கவனித்து விட்டு அவர் தலையாட்டி ஏதோ பதில் சொன்னார். நிர்வாகத்தில் வெகுகாலம் இருப்பவர் போலும். எனவே ஒவ்வொரு சொல்லுக்கும் அவர் தலை அசைத்தது.

அவர்களிடம் பேசி முடித்துவிட்டு நிமிர்ந்த அவர் அந்தப் பெண்களைக் கடந்து அவனிடம் வந்தார்.

சின்னக்கண்ணுவின் இதயம் தடதடத்தது.

''ஏம்பா, இது உன் சீட்டா?''

''ஆமாங்க...''

''எங்கே, டிக்கெட்டைக் காட்டு, பார்ப்போம்...!''

சட்டைப் பையின் ஃபிளாப் பட்டனைத் திறக்கும்போது அவன் விரல்கள் நடுங்கின. மிஸஸ் & மிஸ்டர் சுவாமிநாதன் என்று பெயரெழுதிய அழைப்பிதழை எடுத்துக் காட்டினான்.

''இது உனக்கில்லையேப்பா... சுவாமிநாதனுக்கில்ல கொடுத்திருக்கோம்...''

''அவருதாங்க எனக்குத் தந்தாரு...''

''அவர் தந்தார்ங்கறது சரிதானப்பா... ஆனா நீ அதிலே உட்கார முடியாது... அவருக்குத்தான் இன்விடேஷனே தவிர அவர் வீட்டு டிரைவர், ராமா எல்லாம் வர முடியாது...''

''அவருதானேங்க வரச் சொன்னாரு...''

''என்னப்பா திரும்பத் திரும்ப அதையே சொல்லிக்கிட்டு இருக்கே... அவர்தான் தெரியாமத் தந்தார்னா முதல் ரோவிலே நீ வந்து உக்காந்திர்ரதா? புரியாத ஆளா இருக்கியே... எந்திரி எந்திரி...''

மனமில்லாமல், வேறு மார்க்கமும் தோன்றாமல் சின்னக்கண்ணு எழுந்தான். சுற்றி யிருப்பவர்களின் பார்வைகள் அவனைக் கை கொட்டிச் சிரித்தன. அவன் குன்றிப் போனான்.

''நீ வா... உனக்கு டிராமாதானே பார்க்கணும்... பின்னால் ஒரு சீட்டிலே உக்காத்தி வைக்கிறேன்''.

சரசரவென்று நடந்தார் செயலாளர்.

அவர் பின்னால் நடந்த சின்னக்கண்ணு எட்டே முக்கால் மணிக்கெல்லாம் வீட்டுக்குப் போய்விட்டான்.

செம்மலர், ஏப்ரல் - 1977

3 பாலம்

நிதானமாகப் பரந்து கொண்டிருந்தது நிலவு. பச்சைக்கும் பழுப்புக்குமான இடை நிறத்தில் சாய்ந்து கிடந்தன நெற்புதர்கள். காற்றில் பழுக்கும் நெல்லின் பரவிய மணம். நிலவு கரைந்த காற்று சலசலக்கச் சஞ்சலப்பட்டது.

தூரத்தில், பின்னால் தாமரைக்குண்டு விலக்கில் மட்டும் சில்லறையாய்ச்சில விளக்குகள். முன்னால், தூரத்தில் மாங்குளத்தில் விளக்கேதும் வெளித்தெரியா வண்ணம் சுற்றிலும் அடைத்துக் கொண்டு வாழைத் தோட்டங்கள், தென்னந் தோப்புக்கள்.

நிலவொளியில் காங்கிரஸ்காரன் போட்ட தார்ரோடு மெல்ல மினுங்கியது. ஏராளமான நொடிகள். இரண்டு பக்க வயல்காரர்களும் ஏதோ ரோட்டில் காய்க்கும் நெல்தான் குடும்பத்தைக் காப்பாற்றப் போவதான எண்ணத்தில் ரோட்டைக் குடைந்து குடைந்து வயலின் பரப்பை அதிகப்படுத்தப் பார்த்ததன் விளைவாக, ரோடு பல இடங்களில் சவண்டு கிடந்தது. சதா ஈர நயப்பு வேற. குண்டு குழிக்குக் கேட்கவா வேண்டும்?

இருபத்திரண்டாண்டு சூனா மானா ஆட்சியில் எப்போதாவது நொடிகளில் கீலும் சல்லியும் கலந்து ஒப்பேற்றுவதோடு சரி. புதிதாய்க் கீல் போடவில்லை. ஆனால் தாமரைக் குண்டு தொடங்கி மாங்குளம் வழியாகக் கற்றாழைக்குடி வரை மூன்று கிலோ மீட்டர் தூரத்துக்குத் தார் போட்டதாக மூன்று முறை கோப்புகளில் பதிவாகியுள்ளதாகச் சொன்னார்கள். பிரதம மந்திரி வெளி நாட்டு ஜீப் ஓட்டிப்போகும் நெடுஞ்சாலைகளைத் தவிர, அநேகமாக எல்லா ரோடுகளும் இதே அந்தஸ்தில்தான் இருந்தன.

'ரோடு பல்லாங்குழி மாரியில்லா இருக்கு!' என்று முனகிக் கொண்டேனும் செல்லப்பண்ணன் விடாமல் பஸ் ஓட்டிக்கொண்டு வந்தான். செல்லப்பண்ணனுக்கு மாங்குளத்தில் பெண் எடுத்திருந்தது. அந்தக் கடமை காரணமாகத் தாமரைக் குண்டு கற்றாழைக்குடி ரோட்டில் பஸ் கொண்டு போக மாட்டேன் என்று சொல்லத் துணியவில்லை. அந்தத் துணிச்சலில் கற்றாழைக்குடி டிரைவர்கள் முத்தையண்ணனும் நயினாரும் பஸ் கொண்டு வந்தனர்.

ஒரே தடத்தில் ஓடும் ரயில் வண்டிகளின் காலம் சீரமைக்கப் பட்டு, ஒதுங்குமிடங்களாக ஸ்டேஷன்கள் இருந்ததைப் போல, இந்த பஸ் போக்குவரத்து நேரங்களும் சீரமைக்கப்பட்டிருந்தன. நேரம் பிசகிப் போனாலும் கூடச் செல்லப்பண்ணனின் பஸ் கடந்த பிற்பாடுதான் நயினார் தாமரைக்குண்டு விலக்கில் இருந்து பஸ்ஸை உருட்டுவான்.

அப்போது பஸ் வரும் நேரம் இல்லை. கடைசி பஸ் எட்டே காலுக்குத் திரும்பிப் போயாயிற்று. மேலும் ஈஸ்வரமூர்த்திப் பாட்டா பஸ்ஸை எதிர்பார்த்து என்றும் புறப்பாடு கொண்டவரல்ல. மாங்குளத்தில் இருந்து தாமரைக் குண்டுக்குத் தவறாமல் மாலையில் போய் முன்னிரவில் திரும்புவார். போகும் போதும் வரும்போதும் கால் நடைதான்.

ரன்னக் கரை போட்ட ஒற்றை வேட்டியை மார்புக்குக் கீழ் வயிற்றுக்கு மேலான பள்ளத்தில் முடிந்திருப்பார். வேட்டியில் வலது கை வாக்கில் தோதுப்போல நோட்டும் சில்லறையும் செருகியிருப்பார். மாலையில் போகும்போது சுட்டி போட்ட முறுக்கு நூல் துவர்த்து தற்செயலாக விழுந்தது போல் தோளில் கிடக்கும். காலையில் குளித்ததும் தண்ணீரில் குழைத்துத் தேய்த்த திருநீற்றுச் சாம்பல் நெற்றி, மார்பு, தோள்பட்டைகள் என்று மங்கலாகக் கிடக்கும். இடது கை வாக்கில், வேட்டி முந்தியில் பீடிக் கட்டும் தீப்பெட்டியும் இருக்கும். குறுக வெட்டப்பட்ட தலைமயிர். வாரத்துக்கு ஒரு ஷேவ். எல்லா மயிர்களும் நரைத்து விட்டன.

தாமரைக் குண்டில் இருந்து திரும்பி வரும்போது, தோளில் கிடந்த துவர்த்து மட்டும் தலை மீது மடித்துப் போட்டபடி

கிடக்கும். தலைப்பாகை கட்ட மாட்டார். துவர்த்து வெயிலுக்கோ, மழைக்கோ பனிக்கோ பாதுகாப்பும் அல்ல. துவர்த்து தலை மீது மடிந்து கிடக்கிறது என்றால் ஈஸ்வர மூர்த்திப் பாட்டா எம்பெருமான் துணையுடன் ஞானமார்க்கமாக வருகிறார் என்று அர்த்தம். சில சமயம் முதல் வாற்றுச்சாராயம். சில சமயம் செவத்தியான் விளைக் கள்ளு. சில சமயம் அம்மாசிப் பண்டார வகைக் கஞ்சா இலை. நல்ல அபின் இப்போது அடிக்கடி கிடைப்பதில்லை.

எப்போதும் நிதானமான போதையில்தான் இருப்பார். போதை பாவித்தபின், விலக்குக் கடையில் இரவுச் சிற்றுண்டி. மேனன் சம்சாரம் தலைப்பிள்ளைச் சூலியாக இருந்தபோது போட்ட கடை. இப்போது மேனனின் மருமகள் சூலியாக இருக்கிறாள்.

எப்போதும் ஈஸ்வரமூர்த்திப் பாட்டா வந்து விட்டால் தும்பு வாழையிலையைக் கழுவித் துடைத்துக்கொண்டு வந்து போடுவார். முதலில் சூடாக இரண்டு தோசை ஒரு ரசவடை. பிறகு இரண்டு தோசை, ஒரு ரச வடை. தேங்காய்த் துவையல். ஒரு பேயன் பழம். இரண்டு டம்ளர் தண்ணீர் குடித்து, வெளியே வந்து ஒரு பீடி பற்ற வைத்துக் கொண்டாரானால், பாட்டா நடைக்குத் தயாராகி விட்டார் என்று பொருள்.

யாரையும் எதிர்பார்த்துக் காத்துநிற்கமாட்டார். துவர்த்து தலைமீது ஏறும். லயம் பிசகாத நடை. யாராவது துணைக்கு வந்து சேருவார்கள். இந்தத் திரும்பு கால் நடை இரவு எட்டரை மணிக்கு மேல் ஒன்பது மணிக்குள் இருக்கும். சித்தன் போக்கு சிவம் போக்கு.

நிலா வெளிச்சம் இல்லாவிட்டால், நட்சத்திர வெளிச்சம். கருமேகம் வானில் கவ்விக் கிடந்தாலும், தன் வெளிச்சம் பூமியில் தவழ்ந்து கொண்டிருக்கும். பாட்டாவின் கால்களில் கூடக் கண்ணுண்டோ என்ற எண்ணம் ஏற்படுத்தும் விதத்தில் சீராக இருக்கும் அவர் நடை. கூட யாராவது வந்தால் வருபவர் குரல் உரத்து ஒலிக்குமே அல்லாமல், பாட்டா குரல் நிதானமாக இருக்கும். தனித்து வழி நடக்கையில் தாயுமானவ சுவாமியோ, பட்டினத்துப் பிள்ளையோ, குணங்குடியாரோ ஏகாந்தம் கிழித்து இசையாய்ப் பெருகும்.

முத்தாரம்மன் கோயிலில் ஒவ்வொரு பௌர்ணமிக்கும் பூசை உண்டு. அன்று முறையாம் பிள்ளை செண்டை முழங்கிய போது எட்டு மணி தாண்டிவிட்டது. செண்டைச் சத்தம் கேட்டு ஆணும் பெண்ணும் பிள்ளைகளுமாய்த் திரண்ட நேரத்தில் மாணிக்கவாசகம் பிள்ளை தேவாரம் இரண்டை நீட்டி நீட்டிப் படித்தார். தீவார்ணை கழிந்து, களபம் வாங்கி நெற்றியில் அணிந்து, சுண்டல், வடை, புட்டமுது வாங்கிய பின் கூட்டம் கலைந்தது. வழக்கமாகக் கோயில் படிப்பரைகளில் அமரும் கூட்டம் மட்டும்.

''என்னதான் வீட்ல வடை சுட்டாலும் இந்த ருசி வரமாட்டங்கு பாத்தியா?'' என்று பரமசிவம் சொல்லிக் கொண்டிருந்தபோது, சைக்கிளில் வந்த மாணிக்கம் படிக்கட்டில் காலூன்றி நின்றான்.

''என்னா மாணிக்கம்! நேரமாயிப் போச்சா... வடை சுண்டல் போச்சுல்லா...''

''அட சும்மா கெடப்பா... எண்ணே!.... நம்ம பாறையாத்து இறக்கத்தலே ஒரு கார் கெடக்கு, பாத்துக்கோ... ஒரு ஆம்புளையும் பொம்பிளையும் பாலத்துக் கலுங்கிலே உக்காந்திருக்கா...''

''எந்த ஊருக்காரம்லே?''

''தெரியில்லே... நான் கேக்கவும் இல்லே... பாத்தா நம்ம சைடு ஆளு மாதிரி தெரியில்லே...''

''எவளையாவது தள்ளீட்டு வந்திருப்பான்... கேட்க வேண்டியதுதானலே... நாளைக்கு என்னவாம் ஆயிப் போச்சுன்னா போலீசுக்காரன் மீசை மொளைச்ச அம்புட்டுப் பேரையும் கொண்டுட்டுப் போயிருவான்... சிவசூரியன் தெவக்கத்து கொலக்கேசிலே நாம பட்டது போராதா?''

''இப்பம் என்ன செய்யது?''

''வாங்கலே.... போயி என்னான்னுகேட்டுக்கிட்டு வரலாம்...''

தென்னந் தோப்பில், நள்ளிரவில், கள்ளத் தேங்காய் வெட்டும் கள்ளன்மாரைப் பிடிக்கப்போவதுபோல், அதிக அரவமற்று, நடையில் வேகம் காட்டி, பாறையாற்றுப் பாலக் கலுங்கை அடைந்த போது-

மாணிக்கம் சொன்னது சரிதான்.

முன்பின் தெரியாத ஒரு ஆள், பாலக் கலுங்கின் மீது பெட்ஷீட் விரித்து ஒரு பெண்ணுடன் அமர்ந்திருந்தார். ஆளரவம் கேட்டு அமர்ந்திருந்தவர் தலையைத் திருப்பினார். வந்தவர்கள் எல்லோரும் ஒரு மரியாதையான தூரத்தில் நின்றனர்.

வந்து நின்ற வேகத்தில் ராமசாமி சொன்னான்

"சார்... இப்பிடி இங்க இருக்கது சரியில்லே... எந்திரிச்சு போயிரணும்..."

"என்னப்பா, ஏதாவது பிரச்சினையா?"

"பிரச்சினை ஒண்ணும் இல்ல... பிரச்சினை வரக் கூடாதுன்னுதான்..."

"என்ன பிரச்சினை வரும் எங்களால..."

"சாருக்கு சொன்னா மனசிலாகாது... போங்கோன்னா போயிருங்கோ..."

"நீங்க பேசறது எனக்குப் புரியல... நிலவு நல்லாருக்கு... காத்து நல்லாருக்கு... சலசலன்னு தண்ணி ஓடுது... கொஞ்ச நேரம் உக்காந்திருந்திட்டுப் போயிரப் போறோம்..."

"இல்ல, நீங்க உடனே போணும்... என்னவாம் ஆச்சுன்னா நாங்கதான் போலீசுக்குப் பதில் சொல்லணும்..."

"அப்பிடி என்னப்பா ஆகும்? இது என் வீட்டுக்காரி... இந்தியாவிலே எந்த ரோட்டிலேயும் நிக்கறதுக்கு என் காருக்கு பெர்மிட் இருக்கு..."

"தொந்தரவு வரக் கூடாதுன்னுதான்..."

"ஒரு தொந்தரவும் வராது. நீங்க போயிப் படுத்துத் தூங்குங்க".

"என்னடா ராமசாமி? நீயும் அவரோட நியாயம் பேசீட்டு நிக்கே... எந்திரிச்சுப் போறாரா இல்லையான்னு கேளு" - குமரேசன்.

"நான் எதுக்குப்பா போகணும்... உங்க ஊருக்குள்ளே வீட்டு வராந்தாவிலே வந்து இருக்கோமா? எங்களால ஏதும் உபத்திரவம் உண்டா? நாங்க ஏதாம் கெட்ட காரியம் செய்யறோமா?"

''எதுக்குங்க வம்பு... போயிரலாங்க'' - பெண்மணி.

''நீ சும்மாரு பத்மா... எதுக்குப் போகணும்? எதுக்குன்னு கேக்கறேன்...''

''மரியாதையாச் சொன்னா கேக்க மாட்டான்டா... நாலண்ணம் போட்டுத்தான் அனுப்பணும்...''

''கொதவளையிலே குத்தி கீழே தள்ளுலே...'' ஒரே ஆரவாரமாக இருந்தது....

''இந்தாங்க தம்பி... இதைப் பாத்தீங்களா... கைத்துப்பாக்கி... இதுக்கும் லைசென்ஸ் வச்சிருக்கிறேன்... உங்களைச் சுடறதுக்கு இதை நான் கொண்டு வரல்லே... ஆனால் நிர்ப்பந்தம் ஏற்பட்டா சுடறதுக்கும் யோசிக்க மாட்டேன்... அதற்கு அவசியம் ஏற்படுத்தாம வீட்டுக்குப் போங்க... அல்லது நாங்க எதுக்குப் போகணும்கிறதுக்கு சரியான நியாயம் சொல்லுங்க... நீங்க நெனைக்கலாம் ஏதோ ஒரு பொண்ணை நான் தள்ளீட்டு வந்திக்ககேன்னு... இது என் வீட்டுக்காரிதான்னு எப்படி நான் நிரூபிக்க முடியும்? தாலியைக காட்னாக்கூட நீங்க நம்ப மாட்டீங்க... நான் இங்கேருந்து போனா நீங்க நினைக்கிறதுதான் சரின்னு ஆயிரும்... அதுனாலே ஆகறது ஆகட்டும்... நாங்க இங்கதான் இருப்போம். வேணும்னா நாங்க போறதுவரை நீங்களும் இருந்து நீங்க நெனைக்கிறபடி தப்பு நடந்திராம பார்த்துக்குங்க...''

✧ ✧ ✧

அன்று பாட்டாவுக்கு நல்ல சுதி.

இளங்காற்று மார்பின் முடிகளை மையலுடன் அசைத்தது. நிலவு சொரிந்து நெல்மணிகள் முதிர்ந்து கொண்டிருந்தன. வள்ளல் ராமலிங்கம் கரகரத்த குரலில் காற்றுடன் மிதக்க உள் நிறைவுடனான நடை.

தாமரைக்குண்டுக்கும் மாங்குளத்துக்கும் ஒரு மைல் தூரம்தான். தாமரைக்குண்டு எல்லையைத் தாண்டி மூன்று ஃபர்லாங் போனதும் குறுக்கிடும் பாறையாறு. பாறையாற்றின் குறுக்காக ஒரு லாரி அல்லது பஸ் கடக்கும் அகலத்தில் ஒரு பாலம். சர்.சி.பி. ராமசாமி

ஐயர் திருவிதாங்கூர் சமஸ்தானத் திவானாக இருந்த காலத்தில் கட்டிய பாலம். பாலத்தின் இரு பக்கமும் ஓராள் படுக்கும் அகலத்தில் மூன்றடி உயரத்தில் சுவர்கள். பாலத்தின் இரண்டு நுழைவிலும் சுவர் சச்சதுக்கமாக நல்ல அகலத்தில் நான்கு பேர் உட்கார்ந்து பேசும் தோதில். ஆற்றின் இரு கரைகளிலும் கவிந்திருந்த புன்னை மரங்கள். பாலத்தின் குறுக்கீட்டில் மட்டும் தொடர் அறுபட்டிருந்தது.

நிலவொளியில் புன்னை மரங்கள் கூந்தல் உலர்த்தும் ஓசையைத் தாண்டி மொத்தமான மனிதக் குரல்கள் பாட்டாவின் பாட்டை ஊடறுத்து லயம் கலைத்தது.

பாலத்தில் இருந்து மாங்குளம் மேலும் இரண்டு ஃபர்லாங். ஊரில் இருந்து குரல்கள் காற்றில் இவ்வளவு கணீரென வரக் காரணம் இல்லை. பாலத்தின் மேட்டுப் பரப்பைக் கூர்ந்து பார்த்தார் ஈஸ்வர மூர்த்திப் பாட்டா. பத்திருபது பேர்கள் பொலியளக்கும் சூடடிக் களத்தில் நிற்பதுபோலத் தென்பட்டது.

சற்று நடையை எட்டிப் போட்டார்.

பாலத்தை நெருங்க நெருங்கக் குரல்கள் துலங்க ஆரம்பித்தன. சண்டை போலல்லாமல் ஒரு வாக்கு வாதத்தின் தோரணையில். ராமசாமியின் குரல் உயர்ந்து கேட்டது. ‘சவம் படிச்சிருக்கானே தவிர வெவரம் போராது’ என்று. பாட்டாவின் சிந்தனையில் ஒரு வரி ஓடியது. பாலத்தின் இறக்கத்தில் நின்று கொண்டிருந்த கார் ஒன்றை நிலவு கழுவிக் கொண்டிருந்தது. பால நுழைவைப் பாட்டா நெருங்கியதும் பார்வை துலங்கிக் காட்சி புலப்பட்டது. பாலத்தின் அகலத் திண்டில் ஒருவர் உட்கார்ந்து இருந்தார். எழுந்துநின்றால் ஆறேகாலடிக்குக் குறையாது. நல்ல பரந்த உடற்கட்டு. அந்தப் பகுதிக்குச் சம்பந்தமில்லாத வெளுப்பு. பக்கத்தில் ஒரு பெண்மணி முந்தானையால் போர்த்திக் கொண்டு, குனிந்திருந்த முகம் தெரியவில்லை.

ரோட்டில் நின்று கொண்டிருந்தவை எல்லாம் மாங்குளத்தில் பதிவான முகங்கள். ராமசாமி, கோலப்பன், குத்தாலம், குருசாமி, சுப்பையா, முருகேசன், சோணாசலம், சுந்தரம், மாணிக்கம், மனகாவலம், குமரேசன்...

பாட்டா சமீபத்ததும் குரல்கள் நின்றன. பாலக்கலுங்கை அடைந்ததும் தலையில் கிடந்த துவர்த்தை எடுத்து வரிக் கல்லின் தூசியைத் தட்டி விட்டு ஏறி அமர்ந்தார். எல்லார் முகங்களையும் கூர்ந்து பார்த்தார். அமர்ந்திருந்தவரின் முகத்தில் நிதானமும் கௌரவமும் தெரிந்தது. பெண்மணி ஒரு சங்கடத்தில் வரிக் கல்லில் விரலால் கோலம் வரைந்து கொண்டு -

ஆறு மெல்லிய அசைவில் நகர்ந்து கொண்டிருந்தது. தூரத்து மணல் படுகைக்குக் காவலாக நின்ற நாணற்புதர்களில் பூக்கள் ஆற்றைப் புரிந்து கொண்டு அசைந்தன.

ஈஸ்வர மூர்த்திப் பாட்டாவுக்கு ஒருவாறு பிரச்சினை புரிந்தது. பொதுப்படையாகக் கேட்டார் - ''என்னப்பா விஷயம்?''

ராமசாமி ஒரு முறையீடு போலச் சொன்னான்.

''என்னையா, எதுக்கு வம்பு? இவ்வளவு நேரம் பிள்ளையோ சொல்லுகாள்ளா... எந்திரிச்சுப் போயிருங்களேன்...''

''இது என்ன நியாயம், பெரியவரே...''

''உலகத்திலே எல்லா இடத்திலேயும் நியாயமான காரியங்கதான் நடக்கா?''

''சரி... அப்ப நாங்க போயிரனும்... அப்படித்தானே... ம்... பத்மா எழுந்திரு...''

அவர்கள் எழுந்து பெட்ஷீட்டை மடிக்க ஆரம்பித்தனர். பாட்டா சற்று நேரம் தரையைப் பார்த்து உட்கார்ந்திருந்தார். நிமிர்ந்து பார்த்துச் சொன்னார் -

''பரவாயில்ல... உட்காருங்கோ... ராமசாமி, நான் பாத்துக்கிடுகேன். எல்லாரும் போங்கோ... நேரமாச்சு... போயிப் படுங்கோ... நான் கொஞ்ச நேரம் பேசீட்டு இருந்துட்டு வாறேன்...''

புதியவர் பெட்ஷீட்டை மறுபடியும் விரித்தார். கூட்டம் மெதுவாகக் கலைந்து திரும்ப ஆரம்பித்தது. நிலவு மேலும் சொரிந்து கொண்டிருந்தது.

சுபமங்களா, ஏப்ரல், 1992.

4 வைக்கோல்

''*34 18 59?*''

''ஆமாம் ஐயா!''

''மிஸ்டர் எல்.ஆர். கேட்டன்?''

''இல்லை ஐயா! வெளியே போயிருக்கிறார்!''

''எப்போது திரும்ப எதிர்பார்க்கப்படுகிறார் என்று தயவு செய்து சொல்ல முடியுமா?''

''தெரியாது... நீங்கள் யார் பேசுவது?''

''நான் வால்ஸ் (இன்டியா) லிமிடெட்டிலிருந்து சோமசுந்தரம் பேசுகிறேன்... இன்று காலை பத்தரை மணிக்கு, பாம்பே டு பாராபங்கிக்கான ஒரு கன்ஸைன்மெண்ட்டை எடுத்துக்கொள்வதற்கு இரண்டு லாரிகள் அனுப்புவதாகச் சொல்லியிருந்தார். மணி பத்தே முக்கால் ஆகிவிட்டது. இன்னும் காணோம்... அது பற்றி உங்களுக்கு ஏதாவது தெரியுமா...?''

''இல்லை ஐயா! அவர் வந்ததும் உங்களுக்கு டெலிபோன் செய்யச் சொல்கிறேன்... உங்கள் நம்பர் என்ன என்று சொல்ல இயலுமா?''

''எடுத்துக் கொள்ளுங்கள்... *375898.... 395902...*''

''நன்றி - அவர் வந்ததும் சொல்கிறேன்...''

தொலைபேசியைக் கிடத்திவிட்டுச் சோமசுந்தரம் டிபார்ட்மெண்ட்டுக்குள் நுழைந்தான். கார்பெண்டர்கள் மும்முரமாக

பேக் செய்து கொண்டிருந்தனர். மொத்தம் பத்தொன்பது பெட்டிகள். மரப்பெட்டிகள். நேற்றே பன்னிரண்டு ஆகிவிட்டது. காலையில் இன்னும் மூன்று பெரிய பெட்டிகள் ஆகிவிட்டன. இன்னும் மூன்று பெரியபெட்டிகளும், சில்லரைச்சாமான்கள் போடுவதற்கான கடைசிப் பெட்டியும்தான் பாக்கி. அரை மணி நேரத்தில் ஆகிவிடும்.

பிரஷ் வைத்து யாரிடமிருந்து யாருக்கு என்பதைப் பெட்டிகள் மீது பிரகாஷ் எழுதிக் கொண்டிருந்தான். பாராபங்கி என்பதில் 'என்' விடுபட்டுப் போனதைத் திருத்தச் சொன்னான் சோமசுந்தரம். பதினொன்றுக்குள் டிரக்குகள் வந்து விட்டாலும் இரண்டு மணிக்குள் லோடிங் ஆகிவிடும் என்று எண்ணினான்.

"வண்டி எப்போதையா வருகிறது?"

பாரமேற்றுபவர்களின் தலைமையாள் கேட்டான்.

"வந்துவிடும். பதினைந்து நிமிடங்களுக்குள்..."

இருக்கையில் வந்து அமர்ந்து, ஆக்ட்ராய் இன்வாய்ஸ் டைப் செய்யப்பட்டிருந்ததைச் சரி பார்த்துக் கையெழுத்துப் போட்டான். அடுத்த மெஷினைச் சேர்ப்பதற்காக உதிரிச்சாமான்களுக்கு இரண்டு சப்ளையர்களை ஞாபகமூட்டினான். இன்னும் டிரக்குகள் வரவில்லையே என்பது ஞாபகம் வந்தது.

"இஸ் இட் ஸ்பீட் காரியர்ஸ்?"

"எஸ் பிளீஸ்...!"

"மிஸ்டர் எல்.ஆர். கேட்டன்?"

"அவர் வெளியே போயிருக்கிறார்...!"

"நீங்கள் யார் பேசுவது?"

"இங்குள்ள டைப்பிஸ்ட்..."

"வேறு யாரும் பொறுப்பான ஆள் இருந்தால் பேசச் சொல்லுங்கள்..."

"ஒரு நிமிடம், இங்கே டிராஃபிக் மானேஜரோடு பேசுங்கள்..."

"ஹலோ...!"

"தயவு செய்து சொல்லுங்கள்..."

''இன்று காலை பத்தரை மணிக்கு இரண்டு டிரக்குகள் தருவதாக உங்கள் மிஸ்டர் கேட்டன் உறுதி சொல்லியிருந்தார். மணி பதினொன்றேகால் ஆகிவிட்டது. லோடிங் ஆட்கள் வந்து காத்திருக் கிறார்கள். டிரக்குகள் எப்போது வரும் என்று சொல்ல முடியுமா?''

''வந்து விடும்... மிஸ்டர் கேட்டன் அதற்காகத்தான் வெளியே போயிருக்கிறார் என்று தெரிகிறது. இன்னும் பதினைந்து நிமிடங்களுக்குள் வந்துவிடும்...''

ஒரு வகை இருப்புக் கொள்ளாத நிலை சோமசுந்தரத்தின் மனத்தில் பரவியது. ஃபோர்மேன் வேறு வந்து லாரிகள் எப்போது வருகின்றன என்று கேட்டுவிட்டுச் சென்றார்.

இரண்டு லோக்கல் கால்களுக்குப் பதில் சொல்லிவிட்டு மீண்டும் டிபார்ட்மெண்டுக்குள் போனான். வண்டி வந்துவிட்டதா என்று யாரோ கேட்டார்கள். அனிச்சையாகவே இல்லை என்று பதில் சொன்னான்.

இந்த டிரான்ஸ்போர்ட் ஆட்களே இப்படித்தான். ஒன்பது மணி என்றால் பத்தரைக்குத்தான் வருவார்கள். டிராஃபிக் ஜாம், போலீஸ் தொந்தரவு, விபத்து என்று ஏதாவது வழக்கமான காரணங்கள்; மற்றவர்களின்கவலை அவர்களுக்குப் புரிவதேயில்லை.

சோமசுந்தரம் புகழ் வாய்ந்த ஒரு டெக்ஸ்டைல் இன்ஜினியரிங் கம்பனியின் ஸ்டோர் கீப்பர். மாதத்தில் மூன்று வைன்டிங் மெஷின்கள்செய்கிற திறன்அவர்கள்டிவிஷனுக்கு உண்டு. பக்கத்துக்கு அறுபது கொண்ட நூற்றிருபது ஸ்பின்டில்மெஷின் இலட்சத்து எழுபத்தையாயிரம் விலை. கிட்டத்தட்ட ஐம்பத்தைந்து அடி நீளம் வரும். மெஷினை அசெம்பிள் செய்து நிறுத்திய பிறகு அதைப் பிரித்து மரப்பெட்டிகளில் பேக் செய்து, இரண்டு லாரிகள் ஏற்பாடு செய்து லோடு ஏற்றிப் பாதுகாப்பாக அனுப்புவது சோமசுந்தரத்தின் கடமைகளில் ஒன்று.

ஆறு மாத காலமாகத்தான் அவன் இந்தப் பொறுப்பில் இருக்கிறான்.

ஆனால் இந்தமுறை கவலைக்குக் காரணம் உண்டு. அன்று நாள் டிசம்பர் இருபத்து மூன்று. இருபத்து நாலும் இருபத்தைந்தும் விடுமுறைகள். இருபத்தைந்துக்குள் மெஷின் அனுப்பப்படும் என்பது கோடௌன் ஆர்டர் நிபந்தனைகளில் ஒன்று. தவறினால் பெனால்டி கிளாஸ் வேறு பயமுறுத்தியது. எனவே இந்த வைன்டிங் மெஷினை அசெம்பிளிக்கு எடுத்துக் கொள்ளும்போதே அவனுடைய சீஃப் எக்ஸிகியூட்டிவ் ஃபோனில் சொல்லியிருந்தார், ''இருபத்து மூன்றுக்குள் மெஷின் போகும்படியாகப் பார்த்துக் கொள்'' என்று.

இருபதாம் தேதியே அனுப்பி விடலாம் என்பது சோமசுந்தரத்தின் நம்பிக்கை. ஆனால் போதாத காலம். 'ஆமதாபாத்திலிருந்து பதினைந்தாம் தேதி அவனுடைய சப்ளையர் அனுப்பிய நான்கு பெட்டிகள் பதினெட்டில் பம்பாய் அடையவில்லை. சாதாரணமாக மூன்று நாட்கள்தான் ஆகும். தவறினால் நான்காவது நாள் காலையில் பெட்டி வாசலில் கிடக்கும். நான்கு பெட்டிகளில் நூற்றிருபத்தைந்து கோன் ஹோல்டர்கள். அது இல்லாமல் மெஷின் மூளியாக நின்று கொண்டிருந்தது.

இரண்டு நாட்கள் டிரான்ஸ்போர்ட் கம்பெனியின் பம்பாய்க் கிளையையும் ஆமதாபாத் கிளையையும் துளைத்துக் கேட்டு, அதன் எக்ஸிகியூட்டிவ் டைரக்டருக்கு அறிவித்து, அவர் பரோடா, ஜாம்நகர், சூரத் நவ்ஸாரி எங்கும் டிரங்க்கால் போட்டு கடைசியில் பல்சார் கிளைக்குத் தவறிப் போய்ச் சேர்ந்து விட்டிருந்த பெட்டிகள் பம்பாய்க்குத் திரும்பி வர இருபத்திரண்டு ஆயிற்று. எனவே இந்த மெஷின் இன்று போயாக வேண்டும் என்று சோமசுந்தரம் பரபரத்தான்.

மணி பதினொன்றே முக்கால்.

எரிச்சல் வந்தது. எல்லாம் சோதனை போல் வருகிறதே என்று தோன்றியது. இதற்குமுன் இந்த டிரான்ஸ்போர்ட் கம்பெனிக்கு அவன் பிஸினஸ் தந்ததில்லை. ஆனால் ஹெவி என்ஜினீயரிங் டிவிஷனைச் சேர்ந்த ஆபீசர் ஒருவர் சிபாரிசு செய்தபோது மறுக்க முடியவில்லை. எனவேதான் இவர்களுக்குக் கொடுத்தான். இப்படிக் கழுத்தை வெட்டுவார்கள் என்று எதிர்பார்க்கவில்லை.

மீண்டும் ஸ்பீட் காரியர்ஸுக்குப் ஃபோன் செய்தான்.

''சோமசுந்தரம் பேசுகிறேன்... மானேஜரோடு பேச வேண்டும்.''

அவர் லைனில் வருவதற்காகக் காத்திருந்து-

''ஏற்கனவே பன்னிரண்டு ஆகிவிட்டது. நான் என்ன செய்ய வேண்டும் என்று எதிர்பார்க்கிறீர்கள்?''

''மன்னியுங்கள்... உங்கள் டிரக்குகளுக்காகத்தான் மிஸ்டர் கேட்டன் காத்தாபஜார் போயிருக்கிறார்... எந்த நிமிடமும் நீங்கள் லாரிகளை எதிர்பார்க்கலாம்...''

பேக்கிங் முடிந்து விட்டது. சாதாரணமாக மெஷின் போகின்ற அன்று வேலை நடப்பதில்லை. ஆங்காங்கே உட்கார்ந்து அரட்டை அடித்துக் கொண்டிருந்தார்கள். எல்லா முகங்களும் இவனிடம் அதே கேள்வியைக் கேட்டன.

மீண்டும் இருக்கைக்கு வந்து எண்களைச் சுழற்றினான்.

''டிராபிக் மானேஜர் ப்ளீஸ்...''

''நான்தான்''

''ஹலோ, என்ன நடந்தது...?''

''ஸாரி மிஸ்டர் சோமசுந்தரம். இதோ நானொரு டாக்ஸியைப் பிடித்துக்கொண்டு காத்தா பஜார் போகிறேன். மிஸ்டர் கேட்டன் ஏற்பாடு செய்த டிரக்குகள் வரவில்லை. என்றாலும் வேறு இரண்டு இன்னும் பதினைந்து நிமிடங்களுக்குள் வரும்...''

''ப்ளீஸ்...''

சோமசுந்தரத்தின் மனம் கணக்குப் போட்டது. பன்னிரண்டரைக்கு டரக்குகள் வந்தாலும் மூன்றரை மணிக்குள் லோடிங் ஆகிவிடும். லாரி ரசீதை வாங்கி உடனேயே ஸ்பெஷல் மெசஞ்ஜர் மூலம் ஹெட் ஆபிசுக்கு அனுப்ப வேண்டும். நாலு மணிக்குள் அங்கே கிடைத்தால் இன்சூரன்ஸ் முதலாய சடங்குகளுக்கு வேண்டிய பில்லுக்கு டெலகிராம் செய்ய வசதியாக இருக்கும்.

கொஞ்சம் ஆசுவாசப்பட்டான். மேசைக்கு வந்திருந்த அடுத்த மெஷினுக்கான பேலன்ஸ் லிஸ்ட்டைப் பார்வையிட்டான். ஸ்டாக்கில் பால் பெயரிங் இல்லை என்று கண்டதும் அதிர்ச்சியாக இருந்தது.

''மிஸ்டர் காமத் பத்தாம் தேதி 250 எண்ணங்கள் பிபி - 101 வந்தனவே, என்ன ஆயிற்று?'

''எஸ். இருநூற்றைம்பது வந்தது. அதில் இரு நூற்று முப்பதுதான் அப்ரூவ் ஆயிற்று... நூற்றுப்பத்து இந்த மெஷினுக்குக் கொடுத்திருக்கிறோம்...''

''ஸ்டாக்கிலே நூற்று இருபது இருக்க வேண்டுமே?''

''அதிலிருந்துதானே கோயம்புத்தூர் பிராஞ்சுக்கு எண்பது எண்ணங்கள் ரீபிளேஸ் செய்திருக்கிறோம்... சர்வீசிங் ஆர்டர் ஆஃப்...''

''ஓ எஸ்... அது எனக்குப் படவில்லை.... ஓகே!''

மதிய உணவுக்காக மணி ஒன்றடித்தது.

'இந்த டிரான்ஸ்போர்ட் ஆட்களுக்கு என்ன வாயிற்று?'

சோமசுந்தரம் டயல் செய்தான்.

''உங்களுக்காகத்தான் டிராஃபிக் மானேஜர் காத்தா பஜார் போயிருக்கிறார்....''

''மிஸ்டர் கேட்டனிடம் இருந்து ஏதாவது தகவல்...?''

''நோ''.

டெலஃபோனை வைத்துவிட்டு கேன்டீனுக்குச் சாப்பிடப் போனான். சர்வரிடம் இரண்டு முறை எரிந்து விழுந்தான். இவனைப் பார்த்து ஜோக் அடித்த டைம் கீப்பரை முறைத்தான்.

ஒன்று இருபதுக்கு இருக்கைக்கு வந்தவனுக்கு ஒன்றும் ஓடவில்லை. மீண்டும் தொலை பேசியைச் சுற்றினான்.

''ஸ்பீட் காரியர்ஸ் ஹியர்...''

"மிஸ்டர் கேட்டன் அல்லது டிராஃபிக் மானேஜர்..."

"மிஸ்டர் சோமசுந்தரம்... கவலைப்படாதீர்கள். டிரக்குகள் கிடைக்கும்."

"எப்போது?"

"இன்னும் அரை மணி நேரத்துக்குள்..."

"அதெப்படி முடியும்? தகவல் எதுவும் வந்ததா?"

"இல்லை, நான் நினைக்கிறேன்..."

"உங்கள் நினைப்பை எல்லாம் குப்பைத் தொட்டியிலே போடுங்கள். ஆட்களுக்கு எவன் தாத்தா கம்பெனி ஓவர் டைம் தருவது?"

"சார்... நீங்கள் அதிகம் பேசுகிறீர்கள்...!"

"நான்சென்ஸ்!.... அந்த நாய் மகனிடம் சொல். இனி வால்ஸ் இண்டியா கம்பெனிக்குள் நுழையக் கூடாது என்று".

"என்னை என்ன செய்யச் சொல்கிறீர்கள்? இருநூறு ரூபாய் சம்பளத்துக்கு நான் இதுவும் கேட்க வேண்டியதாக இருக்கிறது!"

டெலஃபோனைக் கீழே வைத்தவனுக்கு என்ன செய்வது என்று புரியவில்லை. மணி இரண்டை நெருங்கிக் கொண்டிருந்தது. இனிமேல் வேறொரு கம்பெனியை அணுகி, அவர்கள் லாரியனுப்பி... இன்று முடிகிற காரியமா?

இருபத்தாறாம் தேதி மெஷினை அனுப்பினால் என்ன என்று தோன்றியது. இதைச் சோமசுந்தரம் முடிவு செய்ய இயலாது. எனவே சீஃப் எக்ஸிகியூட்டிவுக்கு ஃபோன் செய்தான். ஆபரேட்டர் எடுத்தாள்.

"மிஸ்டர் தாருவாலா பிளீஸ்!"

"மிஸ்டர் சோமசுந்தரம்...அவர் டைரக்டர்களுடன் இருக்கிறார்."

"அவசரமாக அவரோடு பேச வேண்டும்."

''ஆனால் தனக்கு ஃபோன் கால்கள் எதுவும் அனுப்பக் கூடாது என்று சொல்லியிருக்கிறாரே...!''

''இது அர்ஜெண்டான விஷயம் என்று சொல்லுங்கள்''.

''ஒன்று செய்யுங்கள், மிஸ்டர் சோமசுந்ரம்... அவரது டைரக்ட் நம்பரில் முயலுங்கள்....''

தொடர்பைத் துண்டித்து விட்டு ஐந்து நொடிகள் சிந்தித்தான். டைரக்ட் நம்பரைச் சுழற்றினான். 2...5...4...8...3...6...

''ஹலோ...''

அவரின் அழகான குரலை அவன் இனம் கண்டு கொண்டான்.

''குட் ஆஃப்டர் நூன் சார். சோமசுந்தரம் ஹியர்...''

''எஸ், சோமசுந்தரம்...''

''மெஷினை இருபத்தாறில் அனுப்பலாமா?''

''ஏன்?''

''இன்னும் டிரக்குகள் வந்தாகவில்லை... சார்...!''

''அதை நாம் செய்யலாகாது. மில் ஆட்களுக்குச் சொல்லி விட்டேன், இன்றைக்கே அனுப்பிவிடு. இல்லாவிட்டால் நம் பெயர் கெட்டுப் போகும். யாரையாவது அனுப்பிப் பார். அல்லது வேறு ஒரு டிரான்ஸ்போர்டில் முயற்சி செய்து பார்''.

மிக எளிதாகச் சொல்லி விட்டார். செய்கின்ற போதல்லவா தெரியும்? எவன் தாத்தா இப்போது டிரக்குகள் வைத்துக் கொண்டிருக் கிறான்? இதென்ன கடையில் வாங்குகின்ற சாதனமா?

சோமசுந்தரத்துக்குச் சிந்தனை செயல்படவில்லை; குழப்பமாக இருந்தது. கட்டளைகளை நினைத்தால் கலக்கமாகவும் இருந்தது.

டிரான்ஸ்போர்ட் கம்பெனியில் ஆளை அனுப்பிப் பார்ப்பது என்பது வீண் வேலை. வெறும் லெட்டர் ஹெட், ஒரு டெலிபோன், ஒரு டைப்பிஸ்ட், இரண்டு பார்ட்னர்கள் மட்டுமே கொண்ட கம்பெனி

என்பது அவனுக்குப் புரிந்தது. அவர்கள் ஃபிளைட் ஓனர்கள் அல்ல; கமிஷன் ஏஜெண்டுகள். எனவே ஆளை அனுப்புவதும் அனுப்பாததும் ஒன்றுதான்.

இப்போது என்ன செய்வது?

வேறு இரண்டொரு லாரிக் கம்பெனிகளை அவனுக்குத் தெரியும். அவர்கள் தென்னிந்தியாவில் இயங்குபவர்கள். இது உ.பி. போக வேண்டிய மெஷின் என்றாலும் அவர்களில் யாராவது உதவ முடியுமா என்று பார்க்கலாமே! அவன் யஷ்வந்த்ரா லாரி சர்வீசுக்கு ஃபோன் செய்தான்.

''மிஸ்டர் ரங்கனேக்கர் பிளீஸ்?''

''ரங்கனேக்கர்தான்''.

''ஹலோ... நானொரு நெருக்கடியில் அகப்பட்டுக் கொண்டிருக்கிறேன்.... ஒரு உதவி செய்ய முடியுமா?''

இவன் சொன்னதையெல்லாம் அவர் கேட்டார்.

''அவகாசம் போதாதே. இடையே ட்ரான்ஷிப்மெண்ட் கூடாது என்று வேறு சொல்கிறாய்..?''

''என்னை என்ன செய்யச் சொல்கிறாய்?''

''ம்... ஒன்று செய்... கேஜி பிரதர்ஸ்க்கு ஃபோன் செய். 323192... 324576 மிஸ்டர் வீரையா என்று கேள். என் பெயரைச் சொல்... அவர் செய்ய முடியுமா என்று பார்ப்போம்.''

வீரையாவுடன் நீண்ட நேரம் உரையாடி, வாதாடி, இந்த உதவியை ஆயுள் உள்ளளவும் நினைவில் வைத்திருப்பேன் என்று சொல்லி எதிர்காலத்தில் முடிந்த அளவுக்கு பிஸினஸ் தருவதாக ஆசை காட்டி -

வாடிபந்தரில் அன்லோடு ஆகிக்கொண்டிருக்கும் எம்.எல்.ஜே. 7234-ஐ நான்கு மணிக்குத் தருவதாகவும், ஐந்தரைக்குள் இரண்டாவது டிரக்கை அனுப்புவதாகவும் வீரையா வாக்குறுதி அளித்தபோது, சோமசுந்தரத்துக்கு ஒரு கப் டீ குடிக்க வேண்டும் என்று தோன்றியது.

சீஃப் எக்ஸிகியூட்டிவுக்கு ஃபோன் செய்தான். ஐந்து மணி கடந்தால் பாரம் ஏற்றுபவர்களுக்கு மேலும் நூற்றைம்பது ரூபாய் தர வேண்டும் என்று இவன் சொன்னான்.

''திஸ் இஸ் வெரி பூவர் அரெஞ்ச்மென்ட் சோம்சுந்தரம்...''

இவனுக்கு அவர் இயல்பு தெரியும். இப்படி அவர் சொல்கிறார் என்றால் - முட்டாள் பயலே! நீ என்ன வேலை செய்து பிடுங்குகிறாய் என்று பொருள். அவர் ஒருவனைச் சாதாரணமான ஆள் என்றால் அவன் கடைத்தெடுத்த ராஸ்கல் என்று அர்த்தம். எனவே அவர் செய்த ரிமார்க் சோமசுந்தரத்தின் இதயத்தில் தைத்தது.

''சாரி சார்... நாலரை மணிக்குள் உங்களுக்கு ரசீது கிடைக்கும்படி செய்யுறேன்...''

நல்ல காலமாக நாலே காலுக்கு முதல் டிரக் வந்தது. லாரியோடு ரசீதுப் புத்தகம் கொண்டு வந்த ஆளிடம் கெஞ்சி லோடிங் ஆரம்பிக்கு முன்பே ரசீது போட்டு வாங்கி, தலைமை அலுவலகத்துக்கு டாக்ஸி மூலம் அனுப்பி -

பாரம் ஏற்றும் ஆட்களின் தலைவன் வந்து நின்றான். ஏன் நிற்கிறான் என்று சோமசுந்தரத்துக்குப் பிரிந்தது. ''கவலைப்படாதே, கம்பெனி ஓவர் டைம் தரும்,'' என்றான்.

''அதில்லை ஐயா... ஏழுபேரில் மூன்று பேர் இன்றிரவு பூனா போகிறார்கள்... எனவே இரண்டாவது டிரக் லோடு செய்வதற்கு வேறு ஆட்கள் வேண்டும்...''

''அதைப் பின்னால் பார்க்கலாம்... முதலில் இதைச் சீக்கிரம் லோடு செய்யுங்கள்...''

''ஐலசா'' குரல்கள் மராட்டி மொழியில் கேட்க ஆரம்பித்தன. தொழிலாளர்கள் எல்லோரும் கைகளில் சோப்பை வழித்துக் கைகழுவத் தயாரானார்கள். வேறு ஆட்களுக்கு இப்போது எங்கே போவது? சோமசுந்தரம் ஃபோர்மேனோடு கலந்து ஆலோசித்தான். இருவருமாகப் புஷ்டியான ஆட்களில் நான்கு பேரை நிறுத்தி வைத்தார்கள்.

ஐந்தரை மணிக்கு சீஃப் எக்ஸிகியூட்டிவிடம் இருந்து சோமசுந்தரத்துக்கு ஃபோன் வந்தது.

''லோடிங் ஆரம்பித்து விட்டதா?''

''எஸ் ஸார்...''

''இரண்டாவது டிரக் எப்போது கிடைக்கிறது?''

''ஆறு மணிக்குள்...''

''அச்சா...! நீ போகுமுன் எனக்கு ஃபோன் செய்... வீட்டில்தான் இருப்பேன்...''

ஆறு மணிக்கு முதல் லோடிங் முடிந்தது. ஆறரை மணிக்கு டிரான்ஸ்போர்ட் கம்பெனியிடம் இருந்து ஃபோன் வந்தது. வீரையா...

''சாரி சார்... இரண்டாவது டிரக் இன்னும் அன்லோடு ஆக வில்லை. நாளைக்க எடுத்துக் கொள்ளட்டுமா? ரசீதுதான் இன்றைய தேதியில் தந்தாகிவிட்டதே...!''

''நோ மிஸ்டர் வீரையா... ஏற்கனவே லோடிங் பீபிளுக்கு ஓவர்டைம்... நாளைக்கும் வரச்சொன்னால் மீண்டும் பணம் வீண்...''

''ஓஹோ... ரைட்டோ சார்... அப்போ ஏழரை மணிக்குள் இரண்டாவது டிரக் வரும்...''

''சீக்கிரம் அனுப்பி வைக்க முயலுங்கள்''.

''முயற்சிக்கிறேன்.''

வானம் இருண்டு விட்டது. காம்பவுண்டில் லைட் இல்லை. ஒயர் சுருளைத் தேடி எடுத்து, பல்ப் வாங்கி, லைட் போட்டு -

சோமசுந்தரத்துக்குப் பசித்தது. இருந்தாலும் இப்போது வெளியில் போகும் நிலையில் இல்லை. நேரம் நொடி நொடியாக நகர்ந்தது. ஆறு ஐம்பது, ஐம்பத்து ஐந்து, ஏழு, ஏழு ஒன்று-

சரியாக ஏழே காலுக்கு வண்டி வந்தது. மிஞ்சி இருந்த நான்கு பேரும், நிறுத்தி வைக்கப்பட்டிருந்த நான்கு பேரும், சட்டையைக் கழற்றிப்போட்டுப் பனியனிலிருந்த சோமசுந்தரமும் -

இந்தச் சத்தங்களோடு பாரமேற்றுவதும் உற்சாகமாகத் தானிருந்தது. ஒரு கடமையை முடித்து விட இயலும் என்ற தெம்பு...

வியர்வை சொட்டச் சொட்ட... கால்களில் புழுதியும், கைகளில் அழுக்குமாகப் பத்தொன்பதாவது கேசையும் லாரியில் ஏற்றிய பிறகு சோமசுந்தரம் ஒரு பெரும் சாதனையைச் செய்த மனநிலையில் இருந்தான்.

ஸ்டாம்ப் ரசீதில் கையெழுத்து வாங்கிப் பணத்தைக் கொடுத்துவிட்டு, சோப்பை எடுத்துக்கொண்டு பாத்ரூம் போனான். குளிர்ந்த நீரை முகத்தில் அறையும்போதே தோன்றியது.

'நல்ல வேளை, எட்டரை மணிக்காவது வேலை முடிந்தது. ஒரு வேளை, இருட்டில் பாரம் ஏற்றும்போது பெட்டி ஏதாவது பிடியிலிருந்து சறுக்கினால், யாருக்காவது ஏதாவது நேர்ந்தால், எத்தனை பேருக்குப் பதில் சொல்ல வேண்டியிருக்கும்' என்று எண்ணுகையில் மனம் துணுக்குற்றது.

கையைக் கழுவிக் கொண்டு வந்து, பிரீஃப் கேசில் போட்டுக் கொண்டு வரும் டர்க்கிதுண்டில் துடைத்து விட்டு சீஃப் எக்ஸிகியூட்டிவ் வீட்டு நம்பரைச் சுழற்றினான்.

''49 56 48?''

''ஆமாம்...''

''மிஸ்டர் தாருவாலா பிளீஸ்...''

''அவர் வெளியே போயிருக்கிறார். நீங்கள் யார் பேசுவது?''

''சோமசுந்தரம்... வைண்டிங் டிவிஷன்... ரே ரோட்டிலிருந்து பேசுகிறேன்... அவர் எப்போது திரும்பி வருவார் என்று சொல்ல முடியுமா?''

''நோ... ஒரு டின்னருக்குப் போயிருக்கிறார். இரவு பன்னிரண்டோ, ஒன்றோ ஆகலாம். ஏதாவது செய்திகள் உண்டா...?''

''மெஷின் லோடிங் ஆகிப் போயாயிற்று என்று சொல்லுங்கள்... நன்றி.''

ரிசீவரைக் கிடத்தும்போது, உற்சாகமெல்லாம் வடிந்து, அவன் வைக்கோலாக நின்றான்.

செம்மலர், ஜூலை - 1977.

5 வெளியேற்றம்

இரவு சரியாக உறக்கமில்லை. ஃபேன்கள் இரண்டும் கழற்றப்பட்டுச் சிறகுகள், ரெகுலேட்டர். மோட்டார் மண்டை என்று தனித்தனியே பேக்கிங் ஆகிவிட்டது. மெத்தை சுருட்டி கோணிச் சாக்கினுள் பொதியலாகி விட்டது. ஆஸ்பத்திரி மாடல் இரும்புக் கட்டில் கால்கள் மடக்கப்பட்டுக் கயிற்றால்கட்டப்பட்டாயிற்று. பிரயாணத்துக்குத் தேவையான ஒரு ஒற்றை வேட்டி, துவர்த்து, கனமற்ற பெட்ஷீட், காற்றுத் தலையணை, தண்ணீர் பாட்டில், இரண்டு பேன்ட், ஷர்ட், அண்டர்வேர், பனியன், கர்ச்சீப், சாக்ஸ், கண்ணாடிக் கூடு மட்டும்தான் வெளியே கிடந்தன.

மொத்தம் 29-பார்சல்கள். கப்போர்டு, மடக்கு நாற்காலிகள், தையல் மெஷின், கேஸ் ஸ்டவ், பாத்திர பண்டங்கள், எஞ்சிய துணிகள், அரிவாள்மணை, திருவலைக்குத்தி, பக்கெட், பரணிகள், தோசைக்கல், சப்பாத்திப் பலகை எல்லாம். இனி இவற்றை டிரக்கில் ஏற்றிவிட்டால் கனமான சூட்கேசும் ஏர்-பேக்கும் மாத்திரம் எடுத்துக் கொண்டு ரயிலேறி விடலாம்.

சுற்றிலும் எல்லாம் தாறுமாறாகக் கிடக்க, மனம் சலனங்கள் நிறைந்திருக்க, காற்றோட்டம் நின்றிருக்க, சிறைக்குள் கிடப்பது போன்ற மூச்சு முட்டலில் உறக்கம் முடியாத காரியமாயிற்று.

புறப்படுவது இன்றோ நாளையோ, குடும்பத்தை முன்பே கொண்டு விட்டு வந்ததில் சற்று நிம்மதி. இன்னும் சொல்லிக் கொள்ளச் சில நண்பர்கள் இருந்தனர். ஓரோர் இரவும் பதினொன்றரை மணிவரை குடித்து ஓய்ந்து, மாமிசமும் வெங்காயமும் விஸ்கியும் நாறும் வாயுடன் வந்து படுத்து...

காலையில் எதுவும் வேண்டியிருப்பதில்லை. ஒரு கோப்பைத் தேநீர் பருகினால் நல்லது என்ற நினைப்புடன் எழும்போதே ஒன்பது மணி தாண்டியிருக்கும்.

அன்று அலுவலக நாள், பிரபாகர் ராவ் நிறைய ஒத்தாசைகள் செய்தவன். வீடு சற்று நடந்து போகும் தூரம்தான். தினமும் எட்டு நாற்பது பஸ் பிடிப்பான் என்று தெரியும். சொல்லிக் கொண்டு வந்துவிடலாம் என்று சீக்கிரமே எழுந்து புறப்பட்டபோது மணி ஏழே காலாகி இருந்தது.

மணியடிக்கத் தேவையில்லாமல் கதவு விரியத் திறந்தே கிடந்தது. நாலுக்கு மேல் மாடிகள் இல்லை என்பதால் ஒரு சுதந்திர உணர்வு இருக்கும்.

ராவ் பேன்ட் சட்டையில்தான் இருந்தான். குளித்த, ஷேவ் செய்த அடையாளங்கள் இல்லை. இரவு படுக்கும்போதும் இப்படியேதான் உறங்குவான் போலும். புணச்சியின்போது மாத்திரம் கழற்றிக்கொண்டு மறுபடியும் மாட்டிக்கொள்வான் போலும்.

சிறிய பிளாஸ்டிக் ஸ்டூலில் அவன் இரண்டரை வயது மகன் அமர்ந்து பால் பாட்டிலில் தண்ணீர் குடித்துக் கொண்டிருந்தான். அதிகாலையில் ஏன் வெறும் தண்ணீர் குடிக்கிறான் என்று தெரிய வில்லை. கூர்ந்து கவனித்தபோது பையன் அமர்ந்திருப்பது, உட்கார்ந்து கக்கூஸ் போகும் நர்சரி உபகரணம் என்று தெரிந்தது. எனவே பையன் குடிப்பது மலமிளக்கும் இளஞ்சூட்டு வெந்நீராக இருக்கும்.

சீதாராவ் சமையல் மும்முரத்தில், மேக்ஸி வியர்வையில் ஊறிக் கிடக்க, வெளியே வந்து முகமன் சொல்லிப் போனாள். பதினைந்து நிமிடங்கள் நடந்து பஸ் பிடித்து, பத்து நிமிடங்கள் பிரயாணம் செய்து போகும் தொலைவில் அவள் விரிவுரையாற்றும் கல்லூரி இருந்தது.

சரியாகக் கரையாத புரூ துகள்களுடன் சற்றே சூடு குறைந்த காப்பி வந்தது.

ராவ் உற்சாகமில்லாத உரையாடலிலும் மகனுக்கு மலம் இறங்குகிறதா என்று கவனிப்பதிலும் இருந்தான்.

சத்தம் நின்றவுடன் தான் இதுவரை ஸ்டீரியோவில் பிரபல மேனாட்டுப் பாடகனின் பாப் இசை முழங்கியது புத்தியில் உறைத்தது. சொல்லிக்கொண்டு புறப்பட யத்தனிக்கையில் ராவ் கேசட்டைத் திருப்பிப் போடப் போனான். மறுபடி இசை பெருகியது.

''இது என்னத்துக்கு நேரம் விடியாம இந்த சத்தம்?''

''நிறுத்த முடியாதுப்பா... நிறுத்தினாக் கத்துவான்... கக்கூஸ் போக மாட்டான். தினமும் இந்த வேலை முடியறது மட்டும் பெரிய டென்ஷன்... ஏழு மணிக்கு ஸ்டூலிலே உட்கார வச்சு, வெந்நீர் கொடுத்து, ஸ்டீரியோவைப் போடணும். சில சமயம் ஏழரை ஏழே முக்காலும் ஆகும். சில சமயம் போகாது. போகாமல் ஸ்கூல்லே கொண்டு விட்டா, அங்கே போனா ஆயாவும் மிஸ்ஸூம் திட்றாங்க... சரியாகக் கழுவறது இல்லே. இது ஆகாத வேலையாக்கும்... என்ன செய்யச் சொல்றே?''

பையனைப் பார்த்துச் சற்று எரிச்சலுடன் இரைந்தான். ''ஆச்சாடா... ஜல்தி கரோ... ஸ்கூல் போகாண்டாமா? லேட்டானா மிஸ் திட்டுவாங்க... சீக்கிரம்''.

சீதாராவ் வந்து பையனை எழுந்திருக்கச் சொல்லிப் பார்த்து விட்டுப் போனாள்.

பையன் வெந்நீர் பாட்டில் நிப்பிளைச் சப்பினபடி என்னை வேடிக்கை பார்த்தான்.

ஒருவேளை எனது இடையீடு, பையனின் முனைப்பைக் குறைத்து, நேரம் நீளலாம். ராவ் மேலும் டென்ஷன் ஆகிவிடுவான்.

சொல்லிக்கொண்டு புறப்பட்டுப் படியிறங்கியபோதும் பாப் இசை கேட்டுக் கொண்டுதான் இருந்தது.

கனவு, செப்டம்பர் - 1990

6

ஆசையெனும் நாய்கள்

திருவிழா பார்ப்பதற்காக மூக்கனுக்கு இருபது பைசாதான் கிடைத்தது. இதற்காக அவன் மூன்று நாட்களாக அம்மாவைப் பஞ்சரித்துக் கொண்டிருந்தான். இருந்தும் அன்று காலை முக்கால் மணி நேரம் மூலை பிடித்து அழுகை ஆரோகண அவரோகணம் செய்த பிறகுதான் முதுகில் இரண்டு அறையோடும் ஏழெட்டு வசவோடும் கிடைத்தது, அந்த இருபது காசு. கையில் காசு கிடைத்த வுடன் மூக்கனின் அழுகை ஆர்ப்பாட்டம் எல்லாம் ஆவியாகியது.

ஒரே தாவாகத் தாவி அரங்குப் புரையினுள் நுழைந்தான். இடுப்பில் இருந்த துண்டை அவிழ்த்து எறிந்துவிட்டு நிக்கரை எடுத்து மாட்டினான். அரைஞாண் கயிற்றில் இருந்த ஊக்கைக் கழற்றி பட்டன்கள் இல்லாத இடத்தில் பந்தோபஸ்து ஏற்பாடுகள் செய்தான். சட்டையை உதறிப் போட்டுக் கொண்டு கண்ணாடி முன்னால் நின்றான். கொம்புச் சீப்பை எடுத்துப் 'பறட் பறட்'டென்று தலை வாரினான். கோவிலுக்குப் போவதால் திருநீறு பூசினால் நல்லதோ என்று அவனுக்குத் தோன்றியது. சந்தேகத்தின் பலனைச் சாமிக்கு அளித்து மூலையில் தொங்கிய தேங்காய்ச் சிரட்டைக் கப்பரையிலிருந்து திருநீற்றை அள்ளிப் பூசினான்.

இப்போது சுமாரான 'அளகோடு' தான் விளங்குவதாக அவனுக்குத் தோன்றியது. உடனே 'விருட்'டென்று சுடலைமாடன் கோவில் ஆலமரத்தை நோக்கி விரைந்தான்.

அங்குதான் காலையில் எல்லோரும் கூடுவதாக ஒத்துக் கொண்டிருந்தனர். அங்கிருந்து பாறையாற்றின் கரையோடு நடந்தால் பூதப்பாண்டி இரண்டு மைல். காலை ஒன்பது மணிக்குத் தேர்வடம்

பிடிப்பதாக இருந்தார்கள். வடம் பிடிப்பதோ தேர் நிலைக்கு நிற்பதோ இவர்களுக்கு ஒரு கணக்கல்ல. ஆகையால் பத்து மணிக்குள் பூதப்பாண்டியைச் சேர்ந்தால் போதும். எனவே எட்டரை ஒன்பது மணி வாக்கில் எல்லோரும் ஆலமரத்தடியில் இருந்து புறப்படுவதாக ஏற்பாடு.

மூக்கன் அந்த இடத்தை அடையும்போது ஏகதேசம் எல்லோரும் வந்திருந்தனர். குளித்துத் தலை வாரிய முகங்கள். சிலதில் சாத்தா கோயில் சந்தன வரைகள், வெளுத்த சட்டைகள், பையில் சிறுசிறு பொட்டலங்கள்.

அதைக் கண்டவுடன்தான் மத்தியானச் சாப்பாட்டுக்கு எதுவும் கொண்டு வரவில்லையே என்று மூக்கனுக்கு நினைவு வந்தது. தெரிந்திருந்தாலும் ஒன்றும் செய்துவிட முடியாது. ஆகையால் இருபது பைசா தைரியத்தில் மனத்தைத் தேற்றிக் கொண்டான்.

அங்கு அடிபட்ட பேச்சிலிருந்து மட்டுப்பா வீட்டு முருகேசன் இன்னும் வரவில்லை என்று தெரிந்தது. முருகேசன் கொஞ்சம் வீச்சுள்ள வீட்டைச் சேர்ந்தவன். சில்லரை புழங்கும் பையை உடையவன். ஆகையால் அவன் வராமல் இவர்கள் கிளம்பி விடுவது என்பது இயலுகிற காரியமல்ல. எனவே அவன் வரும் வரை காத்திருந்தார்கள்.

இது சாதாரணமாகப் பள்ளிக்கூடம் போகும் நேரம்தான். புத்தகப் பை கையில் இல்லாததால் மனம் காற்று வெளியில் சஞ்சரித்தது. எட்டாங் கிளாஸ் சார் குளித்துவிட்டு வந்தார். எல்லோரும், 'சார், வணக்கம்...' என்று பள்ளிக்கூடத் தொனியில் நீட்டி முழக்கினர்.

முருகேசனும் வந்து விட்டான். தேரோட்டம் பார்க்க அந்த கும்பல் நகர ஆரம்பித்தது. யாராருக்கு எத்தனை பைசாக்கள் ரூபாய்கள் என்ற கணக்கீடுகள். மாமா, அத்தை, சித்தப்பா, சித்தி, பெரியப்பா, பெரியம்மை, அண்ணன், அத்தான், தாத்தா, ஆத்தா, தந்த திருவிழாக் காசுகளின் ஐந்தொகைகள். மூக்கன் நிக்கர் பையினுள் கிடந்த இரண்டு பத்துப் பைசாக்களைத் தடவிப் பார்த்தான். வலது

பையில் பெரிய ஓட்டை. எனவே இடது பையில்தான் பத்திரமாகப் போட்டிருந்தான். இருந்தாலும் ஒரு மனச் சாந்திக்காக அடிக்கடி தொட்டுப் பார்த்துக் கொண்டான்.

அவர்கள் பாறையாற்றுப் பாலம் அருகே வந்து விட்டார்கள். பாலத்து மேட்டிலிருந்து சாமி தேரின் செங்கொடியும், பளிச்சிடும் கும்பமும், பரிவட்டங்களும் தெரிந்தன. அம்மன் தேரின் கொடி மட்டும் தெரிந்தது. அதைக் கண்ட இவர்கள் மனத்தில் ஒரு துள்ளல். நடையில் ஒரு வேகம்.

பாறையாற்றின் மேலக்கரையோடு - ஒற்றையடித் தடத்தில் அவர்கள் ஒருவர் பின் ஒருவராக நடந்தார்கள். பேசிச் சிரித்து, ஒருவரை யொருவர் துரத்தி, ஆவாரைச் செடியின் பூங்கொத்துக்களை ஆய்ந்து, காராம் பழம் பறித்து, சம்பாத்திக் கள்ளிப் புதர்களில் பழம் தேடி, தாழைப் புதர்களில் பூ இருக்கிறதா என்று பார்த்து, ஆற்றுத் தண்ணீரில் ஓட்டாஞ்சில்லிகளைத் தவளை எறிந்து, ஓணான்களைக் குறிபார்த்துக் கல்வீசி-

ஆற்றங்கரையை விட்டு ஆண்டித் தோப்பு சேர்ந்ததுமே திருவிழச் சந்தடிகள் காதில் விழ ஆரம்பித்தன. பூதப்பாண்டியை நெருங்க நெருங்கத் திருவிழாவிற்குப் போவோர், வருவோர், கிலுக்கும் ஊத்தும் பலூனும் கையில் பிடித்த குழந்தைகள், சிவப்புச் சவ்வு மிட்டாயை வாயெல்லாம் இளூலி அம்மா இடுப்பில் அல்லது அப்பா தோளில் சவாரி செய்யும் குழந்தைகள். வண்டிக்காரனின் கிணுக்கல்கள். பால் ஐஸ், சேமியா ஐஸ், சாதா ஐஸ்..

ரோட்டை விட்டு ஊருக்குள் நுழைவதற்கான ஏற்றத்தில் அவர்கள் ஏறினர். இருபது பைசாவில் என்னென்ன வாங்கலாம் என்று மூக்கனின் மனம் கணக்குப் போட்டது. எங்கும் திருவிழா இரைச்சல்.

''பீடி புகைக்கும் அன்பர்களே! எங்கள் புறாமார்க் பீடிகளையே வாங்கி உபயோகித்து இன்புறுங்கள்...''

''காரம், மணம், குணம் நிறைந்தது தங்கையா விலாஸ் புகையிலை''.

"வாருங்கள்! வாருங்கள்! பால் பாண்டியன் மிட்டாய்க் கடை. மலிவான விலை... தரமான தயாரிப்பு பால் பாண்டியன் மிட்டாய்க் கடை..."

"அறிஞர் அண்ணா சிற்றுண்டி நிலையம். சூடான சுவையான சுத்தமான சிற்றுண்டிக்கு அறிஞர் அண்ணா சிற்றுண்டி நிலையம்... தேரோட்டம் காண வந்திருக்கும் தென்குமரி மக்களே! தெவிட்டாத உணவுக்கு அறிஞர் அண்ணா சிற்றுண்டி நிலையம். அவசியம் வருகை தாருங்கள். அறிஞர் அண்ணா சிற்றுண்டி நிலையம்..."

"இன்று ஐந்து காட்சிகள். திட்டுவிளை ரங்காவில் புரட்சி நடிகரின் புதுமைப் படைப்பு. காரசாரமான கத்திச் சண்டை... கிளுகிளுப்பூட்டும் காதல் காட்சிகள். இன்று ஐந்து காட்சிகள்."

ஒலிபெருக்கிகள் ஒன்றையொன்று பார்த்துக் குரைத்தன. அவரவர்க்குத் தேவையான இரைச்சலைத் தனித் தனியாகப் பிரித்து எடுத்துக் கொள்ளுங்கள் என்பது போல.

அவரவர் மனம் போலக் காசுகள் கரைந்தன. யாராவது பொரி கடலை, சவ்வு மிட்டாய், பொரி உருண்டை என்று வாங்கும்போது, அதில் சிறு சிறு பங்கு மூக்கனுக்கும் கிடைத்தது. சீனி ஐஸ், சேமியா ஐஸ் என்று ஸ்பெஷல் ஐட்டங்கள் வாங்கும் போது அவரவர் காசில் அவரவர் செலவு செய்தார்கள். தெற்குத்தெரு சிவலிங்கம் காக்காய்க் கடி கடித்து மூக்கனுக்கு ஒரு துண்டு தந்தான். எல்லோரும் பத்துப் பைசா கொடுத்து 'கலர்' குடித்தபோது மூக்கன் யோகி போலத் திரும்பிப் பார்த்துக் கொண்டு நின்றான்.

அவனிடமிருந்த இருபது பைசாவை என்ன செலவு செய்வது என்று இன்னும் தீர்மானிக்கவில்லை. அவன் பாக்கெட்டிலிருந்து கையை எடுக்காததைக் கேலியாகக்கூட அவர்கள் பேசிக்கொண் டார்கள்.

'கழுவேற்றி' மூலையில் தேர் நகராமல் நின்றது. வருடா வருடம் இந்த மூலையில் இருந்து நகர்வது என்பது ஒரு சிரமமான காரியம். அதன் பிறகு தெரு இறக்கம். எனவே கழுவேற்றி மூலையைத் தாண்டிவிட்டால் நிலைக்கு வருவது பெரிய காரியம் இல்லை. தேரைத் தாண்டி அவர்கள் மேலும் நடந்தார்கள்.

நாஞ்சில் நாடன்

போலீஸ் ஸ்டேஷன், அதனுள் தற்காலிகமாகப் பிடித்து வைத்திருந்த பரட்டைத் தலை முகங்கள். உயர்நிலைப் பள்ளி. அதனுள் நடந்த கதர்க் கண்காட்சி. பாம்பு உடலும் பெண் முகமும் கொண்ட நாக கன்னிகை. காலாலேயே ஊசியில் நூல் கோர்க்கும், காப்பி போடும், கறிகாய் நறுக்கும் பெண். தொட்டால் ஷாக் அடிக்கும் 'மின்சார மனிதன்'. 'மரணக் கிணறு' மோட்டார் சைக்கிள்...

மணி ஒன்று தாண்டியது. கொண்டு வந்திருந்த சாப்பாட்டுப் பொட்டலங்களை விழுங்க வேண்டி இலுப்பைத் தோப்புக்கு நடந்தார்கள். மூக்கன் என்ன செய்யலாம் என்று மண்டைக்குள் இருந்த எக்ஸ்பர்ட் கமிட்டியைக் கலந்து ஆலோசித்தான்.

தெற்குத் தெருவில் ஒரு வீட்டுப் படிப்புரையில் மோர்த் தண்ணீர் விளம்புவதை அவன் கவனித்து வைத்திருந்தான். எனவே இரண்டு மூன்று தம்ளர் மோர்த் தண்ணீர் குடித்துவிட்டு வரலாமே என்று எண்ணினான்.

மூக்கன் தனியாகச் சுற்ற ஆரம்பித்தான். வயிறு பசித்தது. இருபது பைசாவை எப்படி அதிக பட்சம் பயன் பெறும் வழியில் செலவிடலாம் என்று யோசித்தான். ஒன்றும் புலப்படவில்லை.

பல நிமிடப் போராட்டத்துக்குப் பிறகு கிடைத்த இரண்டு மூன்று தம்ளர் மோரும் நெல்லிக்காய் ஊறுகாயும் பசியைச் சிறிது மந்தித்தது. கால் போனபடி சுற்றிக்கொண்டு கோயில் முகப்புக்கு வந்தான். தெரு மூலையில் போடப்பட்டிருந்த தாற்காலிகமான கீற்றுக் கொட்டகை ஓட்டலில் இருந்து வாழைக்காய் பஜ்ஜியின் வாசனை. மூக்கன் அதை மனமின்றித் தாண்டி மருத மர நிழலுக்கு வந்தான். நிழலில் சிறிய கும்பல், டப்பாவினுள் காய்களைப் போட்டுக் குலுக்குகின்ற கலகலப்பு.

"வை ராஜா வை... அள்ளி வச்சா வெள்ளிப் பணம்... வை ராஜா வை..." என்ற சப்தம். மூக்கன் அங்கே கூடியிருந்த கும்பல் அருகே போனான். இடையில் புகுந்து சற்று நேரம் வேடிக்கை பார்த்தான். கிளாவர், ஸ்பேட், டைமன், ஆடுதன் என்று காசுகள் மாறி மாறி விழுந்துகொண்டிருந்தன. இவன் கிளாவரை நினைக்கும்

போது கிளாவர் அடித்தது. ஆடுதனை நினைக்கும்போது ஆடுதன் அடித்தது. டப்பாவின் கலகலப்பும், பலகையின் மீது ஓங்கி அடிக்கும் ஓசையும்.

மூக்கனுள் ஒரு பரபரப்பு. பையினுள் கைவிட்டுப் பத்துப் பைசாவை எடுத்தான். டைமனில் வைத்தான். டபில், முப்பது காசாகத் திரும்பக் கிடைத்தது. கிளாவரிலும், ஸ்பேட்டிலும் பத்துப் பத்து வைத்தான். நாற்பதாகத் திரும்பியது. இப்போது அவனிடம் அறுபது பைசா இருந்தது. மனதில் ஒரு தெம்பும் திடமும். சுற்றி நின்றவர்கள் யாரும் அவன் கண்ணில் படவில்லை. அவன் குறி ஒன்றியப்பட்டு நின்றது. அறுபது காசையும் எடுத்தான். ஸ்பேடில் முப்பது, ஆடுதனில் முப்பது.

'கடகட... கடகட... கட்' என்று தகர டப்பாவை ஓங்கிக் கட்டை மீது அறையும் ஓசை மூக்கனின் நெஞ்சில் விழுந்தது.

''வை ராஜா வை...'' என்று தகர டப்பாவை எடுத்தான். டைமன் டபில்... கிளாவர் சிங்கில்...

மூக்கனுக்கு ஒன்றும் விளங்கவில்லை. பகீரென்றது வயிறு. அறுபது பைசாவை அரித்துப் போடுவதைச் செயலற்றுப் பார்த்தான். பைசா ஏதாவது மீதி இருக்குமா என்று நப்பாசையில் பையினுள் கை விட்டான். ஒன்றுமில்லை. சற்று நேரம் விளையாட்டை வெறித்தான். ஒன்றும் சுகமில்லை. வெளியே வந்தான்.

நண்பர்களைத் தேடிச் செல்வதற்கு அவனுக்கு மனமில்லை. கொஞ்ச நேரம் தனியாக அலைந்தான். வேடிக்கைகள் எதுவும் உற்சாக மூட்டவில்லை. வயிறு புறுபுறுத்தது. வீட்டுக்குப் போகலாம் என்று தோன்றியது. பூதப்பாண்டியில் இருந்து பழையாற்றுக்கு இறங்கும் இறக்கத்தில் இறங்கினான். ரோட்டின் மேலிருந்த கலுங்கின் அருகே பத்துப் பைசாவுக்கு எட்டு என்று கொல்லாம் பழம் விற்றுக் கொண்டிருந்தான் ஒருவன். கையில் பத்துப் பைசாவாவது மிஞ்சியிருந்தால் தம்பிக்கு ஏதாவது வாங்கிக் கொண்டு போகலாமே என்று மூக்கனுக்குத் தோன்றியது.

வஞ்சிநாடு, ஆகஸ்ட், 1977.

7. ஒரு வழிப் பயணம்

மத்தியானம் புறப்படும் வண்டியைப் பிடிக்கத் தங்கச்சி வீட்டிலிருந்து இறங்கும்போது மணி முள் ஒன்றை விலக்கி விட்டிருந்தது. வீடு நங்கநல்லூரின் உட்சுழிவுகள் ஒன்றினுள். எஸ்.பி. காலனி. பஸ் ஸ்டாண்ட் வந்தால் ஆட்டோ கிடைக்கும். அதற்கு ஐந்து நிமிடங்கள் நடை. ஆட்டோ கிடைத்தால் ஐந்து நிமிடங்களில் பழவந்தாங்கல். அல்லது 18 C கிடைத்தால் பத்து நிமிடங்கள். பத்து நிமிடங்கள் மின்சார வண்டிக்குக் காத்து நின்றாலும் பார்க் ஸ்டேஷனில் இறங்க ஒன்று ஐம்பத்தைந்து ஆகிவிடும். ஓட்டமும் நடையுமாகப் போனால் இரண்டு மணிக்கு சென்ட்ரல். மேலும் பத்து நிமிடங்கள் மீதமிருக்கும். வெள்ளம்.

ஒரு ஆசுவாசம் இருந்தாலும் இத்தனை கணக்குகளில் ஒன்று தெற்றிப் போனாலும் வண்டி போய்விடும். சற்று நிதானமாகச் சேரும் விதத்தில் கிளம்பியிருக்கலாம். பன்னிரண்டரைக்குப் புறப்படுவதாகத்தான் தீர்மானம். மத்தியானம் சாப்பிடாமல் புறப்படக் கூடாது என்று சொல்லி விட்டாள். காலையில் தின்ற முருங்கைக் கீரை அடை நல்லெண்ணையில் நன்றாக முறுகியிருந்தது. இன்னும் செமித்திருக்கவில்லை என்றாலும் இரண்டு வாய் சாப்பிடாமல் கிளம்பி விட முடியவில்லை.

சாமான்கள் அதிகமில்லை. சிறியதோர் சூட்கேஸ். ஏர்-பேக் பூரா பம்பாயில் நியாய விலையில் கிடைக்காத அரும் பொருட்கள். ஒரு பிளாஸ்டிக் பையில் ராத்திரிக்கு தயிர்சாதம், மறுநாள் காலைக்கு இட்லி, மத்தியானத்துக்குப் புளித் தண்ணி தாளித்த சோறு, காலியான பிராந்தி பாட்டில் தண்ணீர் பிடிக்க.

வண்டி நேரத்தில் சென்று சேர்ந்தால் மறுநாள் இரவு எட்டு முப்பத்தைந்துக்குப் பம்பாய் தாதர் போகும். ஏற்கனவே ஒரு மாதம் முன்பு பதிவு செய்யப்பட்ட டிக்கெட். இரவு பத்து மணி அளவில் வருவான் என வீட்டில் எதிர்பார்த்திருப்பார்கள்.

ஒன்று இருபத்தைந்துக்கு ஒரு மின்சார வண்டி வந்தது. கூட்டமில்லை. கூட்டம் இருந்தாலும் விட்டுவிட முடியாது. பெரிய தடங்கல் ஏதும் இல்லாவிட்டால் ஒன்று ஐம்பத்தைந்துக்கு பார்க்கில் இறங்கிவிடலாம். எதிர்காற்று இதமாக இருந்தது.

ஓடிப்புடைத்து ஸ்டேஷனுக்குள் நுழையும்போது, பெரிய கடிகாரம் 2.05 காட்டியது. சென்னை - பம்பாய் ஜனதா எக்ஸ்பிரஸ் ஆறாவது பிளாட்பாரம் என்ற பெரிய பலகை காட்டியது. பிளாட்பாரம் காலியாக இருந்தது காணத் திகைப்பாக இருந்தது. வண்டி இல்லை. பயணிகளும் இல்லை. நேரத்துக்கு முந்தி வண்டி போயிருக்க நியாயமில்லை. வேறு பிளாட்பாரத்தில் வண்டியை மாற்றிப் போட்டிருக்கலாம். இனி தேடிப்பிடிக்கும் அவசரத்தில் வண்டி போய் விடக்கூடாது. ஆனால் வண்டி வேறு எந்த பிளாட்பாரத்திலும் இல்லை.

ஒருவேளை பம்பாயில் இருந்து வரும் வண்டி தாமதமாக வர, இது புறப்படச் சில மணி நேரம் தாமதமாகத் திட்டமிடப்பட்டிருக் கலாம். இது ஒன்றும் இந்திய ரயில்வேயில் புதிய சங்கதி அல்ல.

கறுத்த கோட்டுக்காரரைக் கேட்டபோது, அந்த வண்டி நிரந்தரமாக ரத்தாகி இரண்டு நாட்கள் ஆகிவிட்டன என்றார்.

''பேப்பர்லே எல்லாம் போட்டிருந்தோமே! பார்க்கவில்லையா?''

''பேப்பர் பார்ப்பதுண்டுதான். அவ்வளவு நுணுக்கமாகப் பார்க்கவில்லை. தப்புத்தான். வேறு மார்க்கமென்ன சார்?''

''முப்பத்து மூன்றாம் நம்பர் கவுண்ட்டருக்குப் போங்கள். மொத்தப் பணமும் திருப்பித் தந்து விடுவார்கள்.''

''அதுக்கில்லே சார்... இன்னைக்கு எப்படியும் போயாகணும்... நாளைக் களிச்சு வேலைக்குப் போகணும்...''

"பம்பாய் மெயிலில் முயற்சி பண்ணுங்க... ஒரு கோச் கூடுதலாகப் போடுவார்கள். முப்பத்தாறாம் நம்பர் கவுண்ட்டரில் பதிவு செய்து கொள்ளுங்கள்..."

சாமான்களையும் தூக்கிக் கொண்டு முப்பத்தாறாம் நம்பர் கவுண்ட்டர் தேடி நடக்கும்போதே யோசனை. ஒரு வண்டியில் பம்பாய்க்குப் போகப் பதிவு செய்த அனைத்துப் பயணிகளையும் எப்படி எழுபத்திரண்டு பெர்த்துகள் கொண்ட ஒரே பெட்டியில் அடைப்பார்கள்?

நிறையப் பேர் முன்னதாகவே தகவல் தெரிந்து முன்பதிவை ரத்து செய்திருக்கலாம். இப்போது ஐயப்பன்மார் பேய் போல் அலையும் சபரிமலை சீசனும், கிறிஸ்துமஸ் விடுமுறையும், பொங்கல் விடுமுறையும் முடிந்த பிந்திய தை மாதப் பகுதி. எனவே அவ்வளவு நெருக்கடி இருக்கக் காரணம் இல்லை. விபரம் உடையவர்கள் சென்னை - தாதரில் போவார்கள் காலையில். பெரும்பாலும் அதில் இடம் கிடைக்காதவர்களும் திருநெல்வேலிக்கும் தெற்கில் இருப்பவர்களும்தான் பம்பாய் ஜனதா பிடிப்பார்கள். முன்தினம் மாலையில் நெல்லை எக்ஸ்பிரஸ் பிடித்து காலையில் எழும்பூரில் இறங்கி, சென்ட்ரலுக்கு வந்து, பிளாட்ஃபாரத்தில் காத்திருந்து, இந்த வண்டியைப் பிடிப்பார்கள். அவர்களுக்கு மேலும் ஒரு நாளைக்குத் தேவையான இட்லியும், புளித் தண்ணி தாளித்த சோறும் கட்ட வேண்டியதிருக்கும்.

ஓய்வாகக் குளித்து, தவர்த்து உலர்த்தி, பிளாட்ஃபாரத்திலேயே மதியச் சாப்பாடு முடித்து, சாவகாசமாக வண்டியேறுவார்கள். அவர்களுக்கு வண்டி ரத்தான சேதி தெரியாமல் இருந்தால் என்ன செய்வார்கள் என்று தெரியவில்லை. பெரும்பாலும் நெத்திலிக் கருவாடு, கடலை மிட்டாய், பனங்கிழங்கு, கருப்பட்டி எனப் பல பொருள் கொண்ட அட்டைப் பெட்டிகள் நிறைய இருக்கும் அவர்களிடம். அவற்றையும் சுமந்து கொண்டு மாறி மாறி இருக்கைக்கு அலைவது என்பது எளிதான காரியமும் அல்ல.

முப்பத்தாறாம் நம்பர் கவுண்ட்டரில் ஒருவரும் இல்லை. எல்லோரும் வேலையை முடித்து விட்டுப் போயிருப்பார்கள் போல. குனிந்து பார்த்தபோது உள்ளே இருந்தவர் நிமிர்ந்து பார்த்தார்.

''எல்லாம் ஃபுல்லாயிட்டே சார்.. வெயிட்டிங் லிஸ்டிலே வேணும்னா போட்டுத் தாறேன்...''

இரண்டு கண்ணும் இல்லாதவன் ஐயா, பாடு பட்டுப் பிழைக்க முடியாதவன் ஐயா என்ற பாணியில்-

''நீங்க அப்படிச் சொல்லீரப்பிடாது... எப்படியும் போய்த் தீரணும்... கொஞ்சம் சகாயம் செய்யுங்கோ!'' என்று இரந்து இருபது ரூபாய் நோட்டையும் நீட்டினான்.

உள்ளே இருந்தவர் இருபது ரூபாய்க்கான உழைப்பைச் செய்து புத்தகத்தை மாறி மாறிப் புரட்டினார்..

''நீங்க சரியா ஆறு மணிக்கு வாங்கோ... சீட்டிங்காவது போட்டுத் தாறேன்...''

''எப்பிடியும் ஹெல்ப் செய்யுங்க சார்... ஆறு மணிக்கு வாறேன்...''

''சரி... பார்க்கட்டும்...''

மணி இரண்டு இருபது ஆகியிருந்தது. இனி ஆறு மணிவரை வேறு வேலை இல்லை. வண்டி இரவு பத்து இருபதுக்குத்தான். இந்த ஆறு மணி வேலை இல்லாவிட்டால் நங்கநல்லூர் வரை போய்த் திரும்பலாம். அது வெறும் அலைச்சல். மேலும் வழியனுப்பி வந்த பின் திரும்புவது என்பது சுடுகாட்டுப் பிணம் திரும்புவது போல. மத்தியான சினிமாவுக்கான நேரம் தாண்டிக் கொண்டிருந்தது.

எதற்கும் சாமான்களைத் தூக்கிக் கொண்டு அலைய வேண்டாம் என்று க்ளோக் ரூமில் பெட்டியையும் ஏர்பேக்கையும் ஒப்படைத்தான்.

பிளாஸ்டிக் பை திறந்த மேனிக்கு இருப்பதால் எடுத்துக் கொள்ள மாட்டேன் என்றார்கள். சரி, அந்த வரைக்கும் கனம்

தொலைந்தால் போதும் என்று பிளாஸ்டிக் பையைத் தூக்கிக் கொண்டு பிளாட்பாரத்தை விட்டு வெளியே வந்தான்.

வீட்டுக்குத் தந்தி அடிக்க வேண்டும். நாளை இரவு பத்து மணிக்குள் எதிர்பார்ப்பார்கள். ஆபீசில் இருந்து திரும்புப்போது ஒரு நாள் மின் தடங்கல் காரணமாய் வண்டி இரண்டரை மணி நேரம் தாமதமாகி, பத்து மணிக்கு வீடு திரும்பியபோது, பையன் அழ ஆரம்பித்திருந்தான். ஒருவேளை ஆக்சிடென்ட் ஆகி அப்பன் இறந்திருப்பான் என்ற பயத்தில் அப்படி ஆகவும் கூடும்தான்.

பம்பாய் மெயில் நாளை மறு நாள் காலை நாலரை மணிக்குத்தான் போகும். தாதர் ஸ்டேஷனில் இறங்கி, பஸ் பிடித்து, நியூ பாம்பே போகும்போது பன்றிகள் மேயப் புறப்பட்டிருக்கும். 'ரயில் ரத்தாகி விட்டது. மெயிலில் புறப்படுவேன்' என்றொரு அவசரத் தந்தி. சில சமயம் தந்தி தன்னுடன் ரயிலிலேயே வரும்.

மெயிலில் பெர்த் கிடைக்காவிட்டால் என்ன செய்வது? இரண்டு இரவுகள் உட்கார்ந்து போவது மிகவும் சிரமம். இருக்கை யாவது கிடைத்தால் சரி. இல்லாவிட்டால் ஜெனரல் கோச்சில் பயணம் செய்ய நேரிட்டுவிடும்.

நெடுந்தொலைவு போகும் விரைவு வண்டிகளில் நெரிசல் மிகுந்த நாட்களில் ஜெனரல் கோச்சில் பயணம் செய்வதென்பது எளிதான காரியம் அல்ல. உலக மகா யுத்தத்து நாட்களை நினைவு படுத்திவிடும்.

ஒரு மே மாதத்து முதல் வாரம். சனிக்கிழமை வேறு. ஒரு தங்கையின் கல்யாணம் திடீரெனத் தீர்மானமாகி அவசரமாகப் புறப்பட வேண்டிய நிர்ப்பந்தம். புத்தூர் ராகவேந்திரராவ் தெரிந்தவர் மூலம் அறுபது ரூபாய்க்கு ஒரு சீட் பிடித்துக்கொடுத்தான், எழுபத்து ஒன்பதாம் ஆண்டில்.

பூனா வரும்போது மூத்திரம் பெய்ய எழமுடியாமல் ஆகிவிட்டது. சாப்பிட்டுவிட்டுக் கையை ஜன்னல் வழியாகக் கழுவ நேரிட்டது. சாய்ந்து உறங்கலாம் என்றால் பூனாவில் ஒரு மந்தை

இறங்கி, ஒரு புது மந்தை ஏறியது. ஒவ்வொரு அரை அல்லது முக்கால் மணி நேர இடைவெளியில் இதே கதை. சாமான்களைப் பாதுகாத்துக் கொள்ள வேண்டும். வலது தோளில் அவ்வப்போது ஒரு பிருஷ்டம் சுமக்க வேண்டும். கால் நீட்டி உட்கார முடியாது. ஜன்னலோர ஒற்றை இருக்கையில் கூட ஒண்டுக் குடித்தனம் உட்கார்ந்து விடும்.

அப்படியெல்லாம் ஆகிவிடாது. இருபது ரூபாய் கண்டிப்பாக அதன் வேலையைச் செய்யும். ஊழல் செய்பவர் கூட ஒரு அடிப்படையான தரும இருசில் சுழலவே செய்கிறார். வாழ்க்கை தினமும் சில்லறை அயோக்கியத்தனங்கள் செய்யப் படிப்பித்துக் கொண்டே இருக்கிறது.

இன்னும் மூன்று மணி நேரத்தை என்ன செய்வதென்று தெரியவில்லை. தங்கச்சி வீட்டில் ஃபோன் செய்து தகவல் சொன்னான். நண்பர் ஒருவர் மாம்பலத்தில் இருந்தார். சனிக்கிழமை அவருக்கு விடுமுறைதான். முந்திய நாளும் சந்தித்துப் பேசி இருந்தான். சில மணி நேரங்களை உற்சாகமாகக் கழிக்கலாம் என்று அவருக்கு ஃபோன் செய்தான். அவர் ‘அப்படியா’ என்பதற்கு மேல் ஆர்வம் காட்டவில்லை.

மெரீனாவுக்குப் போய்த் தூரத்தில் உட்காரப் பிடிக்கும். இந்த நடுவெயிலில் சுடும் மணல். நிழல் கூடத் தேடித்தான் பிடிக்க வேண்டும்.

திடீரென எம்.ஜி.ஆர். சமாதி நினைவுக்கு வந்தது. இறந்து ஆறு மாதங்கள் ஆகி இருக்கலாம். இன்னும் உயிரோடுதான் இருக்கிறார் என்றும், கல்லறைக்குள் இருந்து அவர் விடும் மூச்சுக்காற்று கடலலையோடு கலந்து வெளியே கேட்கிறது என்றும், அவர் கைக்கடிகாரம் இன்னும் டிக்டிக் அடிக்கிறது என்றும், பதினெட்டு கிலோமீட்டருக்கு அப்பால் இருந்து சுரங்கம் தோண்டிக் கல்லறையை ரகசியமாக அடைந்து கடிகாரத்தைக் கழற்றப் போகிறார்கள் என்றும் பத்திரிகைகள் பலவும் ‘இன்வெஸ்டிகேட்டிவ் ஜர்னலிஸம்’ செய்து கொண்டிருந்ததைப் படித்தது ஞாபகம் வந்தது.

சும்மா சென்ட்ரல் ஸ்டேஷனை மட்டும் வேடிக்கை பார்ப்ப தற்குக் கல்லறையைப் பார்த்து வரலாம் என்று புறப்பட்டான். பிளாஸ்டிக் பை ஒரு அநாவசியமான தொந்தரவு. தூர எறியவும் மனதில்லை. நெடுந்தொலைவுப் பயணத்துக்குத் தண்ணீர் பாட்டில் இல்லாவிட்டால் சிரமம். மேலும் மூன்று வேளைச் சாப்பாட்டுக்கு ரயிலில் முப்பது ரூபாய் ஆகிவிடும்.

அவனைப் போல நிறையப்பேர் சமாதியைச் சுற்றி வந்தனர். மூங்கில் கழிகளால் நிரை அமைத்திருந்தனர். இரண்டு கால்களும் இளம்பிள்ளை வாதத்தால் சூம்பிப்போன ஒரு நாற்பது வயதுக்காரர் பொரிக்கும் மணலில் தவழ்ந்து சுற்றினார். அவர் கண்கள் ஈரம் படிந்திருந்தன.

சரியாக ஐந்தே முக்காலுக்கு ஸ்டேஷன் கவுண்ட்டரை அடைந்த போதும் கவுண்ட்டரில் கூட்டமில்லை. ஒரு பெர்த் ரிசர்வ் ஆகிவிட்டிருந்தது - பெரிய உல்லாசமான நிலை.

மேற்கொண்டும் நான்கு மணி நேரம் போக்க வேண்டும். மறுபடியும் வேண்டுமானால் மெரீனா போய்வரலாம். அல்லது பக்கமாய் இருக்கும் தியேட்டராய்ப் பார்த்து ஒரு தமிழ் சினிமாவுக்குப் போகலாம்.

ஏனோ தெரியவில்லை. சமீப காலமாய்த் தமிழ் சினிமா தியேட்டருக்குள் நுழைவது என்பது தகாத காரியம் செய்வது போன்ற கூச்சத்தை ஏற்படுத்துவதாக இருந்தது. காமிராக்கள் கிராமத்தின் அழகைக் காட்டிக் கொண்டே இருக்கையில் ஒலி பெருக்கிகள் நரகலை உமிழ்ந்து கொண்டிருந்தன. மெல்லுணர்வுகள் செத்தவன், சாகக்கொடுக்க நினைப்பவன் சென்று சேரும் இடம். பம்பாயில் செம்பூருக்குப் பக்கத்தில் கோவன்டி என்றொரு ஸ்டேஷன். அதைத் தொட்டவாறு ஒரு சினிமா தியேட்டர். நல்ல தியேட்டர்தான். ஆனால் சனி, ஞாயிறு காலைக் காட்சிகள் இந்தியனின் பாலுறவு வறட்சியைப் பறை சாற்றுவது போல இருக்கும். பெரும்பாலும் மலையாளிகள் மற்ற மொழிக்காரர் களுக்காக நல்லெண்ணத்துடன் படுத்துப் புணரும் சினிமாக்கள்.

வால் போஸ்டரில் வண்ணங்களில் பிரா கொக்கியை அவிழ்த்துக் கொண்டு நெளிந்து நிற்கும் பெரிய தனக்காரிகள்.

ஒருமுறை போக நேரிட்டது. போகும் போதும் வரும்போதும் யாரும் தன்னைக் கவனிக்கிறார்களா என்ற கலவரக் கண்களுடன் தியேட்டரினுள் முக்கால் வாசிப்பேர் அழுக்குப் பூணூல் உ.பி. பையாக்கள். பீகார் முஸ்லீம்கள், பருவம் தப்பிய தென்னிந்தியப் பிராம்மணர்கள், சேலம், திருநெல்வேலி மறத்தமிழர்கள். மருந்துக்குக்கூட ஒரு பெண் முகம் இல்லை. போஸ்டரில் 'அடல்ட்ஸ் ஒன்லி'க்குப் பதிலாக, மூத்திரப் புரைகளில் போடுவது போல, 'ஆண்கள் மாத்திரம்' என்றுகூடப் போடலாம். தெரு நாய்கள் பூட்டுப் போட்டுக்கொண்டு நடுத் தெருவில் இழுபறியாய் நிற்பது இப்போது யாருக்கும் அருவருப்பு ஏற்படுத்துவது இல்லை.

முன்னிரவில் புறப்படும் வண்டிகள் ஒவ்வொன்றாய்த் தயாராகிக் கொண்டிருந்தன. கடைசி வண்டிதான் பம்பாய் மெயில் போலும். அல்லது அதற்குப் பின்பும் ஒரு வண்டி இருக்கலாம். எட்டு மணி சுமாருக்குச் சாப்பிட்டுக் கை கழுவினான்.

ஒரு பொட்டலம் காலியான எடைக் குறைவு. வாராந்தரி ஒன்று வாங்கிக் கொஞ்ச நேரம் புரட்டினான். அதிலும் தமிழ் சினிமாவின் மூத்திரப் புரைவாடை காரமாக மூக்கில் தாக்கியது.

ஒன்பது மணிக்கு க்ளோக் ரூமில் கிடந்த சாமான்களை எடுத்து வந்தான். பம்பாய் மெயில் பிடித்து நிறுத்தும் பிளாட்ஃபாரம் அறிந்து, எஸ்-4 உத்தேசமாக வரும் இடம் அனுமானித்து, ஃபேன் கீழ் கிடந்த சிமெண்ட் பெஞ்ச் பார்த்து ஓய்வாக உட்கார்ந்தான்.

வண்டி சாவகாசமாக வந்தது. பெயர்ப் பலகையில் ஒட்டப் பட்ட தாளில் பெயரும் இருந்தது. வண்டியினுள் ஏறி, தண்ணீர் பாட்டிலை இருக்கையின் அடியில் வைத்து, சோற்றுப் பொட்டலப் பையைக் கொக்கியில் தொங்கப் போட்டு, ஏர்பேக்கைக் கீழே தள்ளினான். பெட்டியைத் திறந்து லுங்கியை எடுத்து உடுத்திக் கொண்டு பேன்ட்டை மடித்தான். சட்டையைக் கழற்றி மடித்தான். கை வைத்த பனியன்தான். பரவாயில்லை. துண்டு எடுத்துக்

கழுத்தில் கண்ட மாலையாகப் போட்டான். கனமில்லாத பெட்ஷீட்டையும் காற்றுத்தலையணையையும் எடுத்து இருக்கையில் போட்டான். பாட்டிலை எடுத்து ஒரு வாய்த் தண்ணீர் குடித்தான்.

அலுப்பாக இருந்தது. மேலே ஏறிப்படுத்தால் தூங்கி விடலாம். பரிசோதகர் வரும்போது எழுப்புவார். காற்றில்லை. புழுக்கமாக இருந்தது. படுத்தாலும் தூக்கம் வராது. ஜன்னலோரம் வேடிக்கை பார்க்க ஆரம்பித்தான். வண்டியினுள் பயணிகள் அடைபடத்துவங்கினார்கள். அவன் இருந்த பிரிப்பில் ஜன்னலோர ஒற்றை இருக்கையில் இரண்டு மாணவர்கள். அவன் பக்கத்து இருக்கைகளுக்கான ஐவர் ஒரே குடும்பமாக இருக்க வேண்டும். பெயர்களைப் பார்த்தால் அப்படித்தான் தெரிந்தது.

வண்டி புறப்பட இன்னும் முன்பது நிமிடங்கள் இருந்தன. சற்றுக் கலவரமான ஓசை கேட்டது. தலைவிரிகோலமாக ஒரு பெண்மணி சென்னையை எரிப்பவள் போல அலறிக் கொண்டு ஓடினாள்.

''யய்யா... எஞ்சாமி... எம் பெட்டி போச்சே... அறுவது பவுன் உருப்பிடி அம்புட்டும் போச்சே... அவருக்கு நான் என்ன சமானஞ் சொல்லுவேன்.. யய்யா... நான் எங்கினேன்னு போய்த் தேடுவேன்...'' அழுது கொண்டு ஒரு பன்னிரண்டு வயதுச் சிறுவனும் பத்து வயதுச் சிறுவனும் பின்னாலேயே ஓடினார்கள்.

வண்டியை விட்டு இறங்கி பிளாட்ஃபாரத்தில் நின்றான். ஓடிய பெண் மறுபடி திரும்பி வந்தாள், நெஞ்சில் அறைந்து கொண்டு. சாதாரண சமயத்தில் பார்க்கச் சகிக்கும்படி இருப்பாள். திருநெல்வேலி கிறிஸ்துவச்சி போலத் தோன்றியது.

காலையில் வந்து இறங்கி இரவு வரை ஆண்துணையின்றிச் சாமான்களையும் பையன்களையும் பாதுகாத்து வந்திருப்பாள் வண்டி வந்து நின்ற அவசரத்தில் ஒரு பெட்டி பறிபோய்விட்டது போலும்.

பெரிய பையனை முதுகில் போட்டு அறைந்தாள்.

யாரோ ஒரு பெண்மணி ஓடிப்போய்ப் பிடித்தாள்.

இரண்டு ரயில்வே காவல் தலைகள் தெரிந்தன. இனிமேல் புகார் சமர்ப்பணச் சடங்குகள் இருக்கும்.

அறுபது பவுனை இந்தப் பெண் பிள்ளை மொத்தமாக இனி எந்த நாள் காண்பாளோ?

''கம்ப்ளெயின்ட் குடுத்தாச்சில்லாம்மா... இனி கடவுளை நம்பீட்டு ஊருக்குப் போய்ச் சேரு... பிள்ளையளைப் போட்டு அடிக்காத என்ன?''

இனி முப்பத்தோரு மணி நேர ரயில் பயணம்.

தாராவிக்கோ கோலிவாடாவுக்கோ கோவன்டிக்கோ போக வேண்டுமானால் தாதரில் இறங்க வேண்டும். ஸ்டேஷனில் கண்டிப்பாய் வந்து காத்திருக்கும் கணவனைச் சந்திக்கும் தைரியத்தைச் சேகரிக்க இந்தக் கால அளவு போதுமோ என்னவோ?

சுபமங்களா, ஏப்ரல், 1993.

8 தேடல்

பலபலா விடிந்தது.

தெரு முற்றங்களில் தெளிபடுகிற சாணித் தண்ணீரின் சளசளப்பு, உழப்போகிற மாட்டுக்குத் தண்ணீர் வைக்கின்றதால் எழும்பும் உலோக வாளிகளின் கிணுக்காரம். ‘கடக் கடக்’ என்று வட்டக் கொம்புகளைப் பிணைத்துக் கொண்டு செல்லச் சண்டை போடும் எருமைக் கடாக்கள். கழுநீர்த் தொட்டிக்குள் முகத்தை முக்கி மூச்சு விட்டு ‘கடகடகட’வெனச் சப்த மெழுப்பும் எருமைக் கன்று. சம்பாத் தவிட்டின் ரேகைகள் கண் மட்டத்துக்கு வட்டம் போட, நாடி மயிர்களிலிருந்து தண்ணீர் சொட்ட, மேலுதட்டை உயர்த்தி இளித்து ‘ங்றீங்ங்...’ என்று குரலெழுப்பும் தாய் எருமையின் பின்புறத்தை முகர்ந்து பார்த்து நக்குகின்ற இரண்டு பல் கிடாக் கன்று. ‘‘சவத்துப்பய சாதிக்கு ஒரு வகுதருவு கெடையாது!’’ என்று கிடாக்கன்றின் புட்டியில் அழிசன் கம்பால் சாத்துகின்ற செல்லையா-

இதையெல்லாம் மௌனமாகக் கவனித்துக் கொண்டு கட்டிலில் கிடந்து புரண்டான் சிதம்பரம். இந்தக் காலை வேளை அவனுள்ளே அனுபூதியை நிகழ்த்திக் கொண்டிருந்தது. வெறும் அனுபூதிகள் வயிற்றை நிறைப்பதில்லையாதலால், இந்த இனிய அசைவுகளையெல்லாம் விட்டு விட்டுச் சில நூறு மைல்கள் அவனுக்கு ஓட வேண்டியதிருந்தது.

இந்தக் காட்சிகளின் இடையே நெளிந்து அவன் வேலை பார்க்கின்ற அந்த நகரத்தின் காலை நேரம் கண்முன் பிதுங்கியது.

பால் பாட்டில்களின் 'களங், ஙணங்...!' 'தடக் தடக்'கென்று ஓடத் துவங்கும் லோகல் ட்ரெயின்... அதிகாலை ஷிப்டுக்குப் போகிறவர்களின் பேச்சொலி... ஸ்டவ்வுகளின் பாம்பிரைச்சல்... எங்கோ சப்பாத்தி தீய்கின்ற நாற்றம். எந்த ரொட்டி சிறந்தது என்றும், ஆணுறைகளின் அவசியம் பற்றியும் அதிகாலையில் விளம்பரம் செய்யும் வானொலி. மொழிகண்டு சொல்ல முடியாத இரைச்சல் பாட்டுகள்.

ஷேவ் செய்து முடிக்கின்ற ஐந்து நிமிட இடைவெளியில் கவனிக்கையில் எட்டு முறை கொட்டாவியை மெல்லுகின்ற எதிர் வீட்டுக் கிழவன்... பல் தேய்ப்பது மட்டுமே அன்றைய வேலை என்று பிரஷ்ஷைக் கடித்து உறிஞ்சுகின்ற அந்த இளைஞன். டப்பா மூடியில் கருக்கிய புகையிலையைப் பொடித்துப் பல்லில் இளுவும் மராட்டியப் பெண்.... மௌனமாக அந்தக் காலைக் காட்சியை மென்று விழுங்கினான் சிதம்பரம்.

தினம் தினம் தின்று அலுத்த ஓட்டல் சாப்பாடுகள். உப்புச் சப்பில்லாத தினசரிகள். பார்த்து அலுத்த அலுவலக முகங்கள். ரயில் வண்டிக் காம்பார்ட் மெண்டின் நெரிசல். வியர்வைப் புழுக்கம். முன்தினச் சாராய ஏப்பம்...

இங்கே வாழ்ந்து, இப்படிச் சம்பாதித்து, இத்தனை செலவு செய்து, என்ன சாதித்துவிடப் போகிறோம் என்று மனம் அலைந்தது. ஆண்டுக்கொரு முறை செய்யும் ஓவராலிங் போல் இந்த உரிமை விடுப்புகள்.

மாதம் இருநூறு ரூபாய்ச் சம்பளத்தில் இங்கேயே வேலை கிடைத்தால்...

என்ன பெரிய கால்கேட்டும், பாமாலிவும் வேண்டிக் கிடக்கிறது? வெறும் உமிக்கரி, மாத மிருமுறை ஊர் நாவிதனிடம் சவரம், தேங்காய் எண்ணெய் என்று இருந்துவிடக் கூடாதா?

மாடு வைக்கோல் தின்பதைப் போல ப்ரெட்டும், பட்டரும், ஜாமும் யாருக்கு வேண்டும்? ஒரு கிண்ணம் பழையது, இரண்டு

உப்புப்பரல், ஒரு நார்த்தங்காய் ஊறுகாய்த் துண்டு - போதாதா? உண்டு, உடுத்து, ஆடம்பரமாக அலட்டிக் கொண்டு என்ன கண்டுவிட்டோம்?

ஞாயிற்றுக் கிழமைகளில், வேறு செய்வதற்கு வேலைகள் இல்லாமல், படுக்கையில் சாய்ந்து, கால் மேல் கால் போட்டு, நெஞ்சு மீது ஒரு வாராந்தரியைப் பரத்திப் போட்டு, எங்கோ லயித்த சிந்தனையில் இருக்கும்போது குறுக்கு வெட்டும் இந்த நினைவுகள். இன்று காலையும் அந்த இடைச் செருகல்களின் வியாபகம்.

சிலவற்றைப் பெறும்போது சிலவற்றை இழந்துதான் தீர வேண்டும் போலிருக்கிறது! இந்த வேப்ப மர நிழல், புன்னம் பூக்கள் மிதக்கும் ஆற்று நீர், செம்போத்து அடையும் நொச்சிப் புதர், மஞ்சள் குலுங்கும் ஆவாரஞ் செடிகள் - இதை நினைத்துத் தான் ஏங்கும் போது -

''எப்பம் வந்தே?'' என்று முதல் கேள்வியைக் கேட்டு, அதன் ஈரும் காயுமுன், ''எல்லாம் என்ன சம்பளம் கிடைக்கும்?'' என்ற இரண்டாவது கேள்வியை கேட்டு, அதற்குப் பதில் கிடைத்ததும் பெருமூச்சு விடும் இவர்கள்.

''சவம் இல்லேன்னாலும் இங்கே கிடந்து என்னத்தைக் கண்டோம்? தூரா தொலைக்குப் போயின்னாலும் அஞ்சாறு சக்கரம் சேர்க்கணும்!'' என்ற விமர்சனங்கள். ஒருவரைப் பார்த்து மற்றவர் ஏங்குதலும், எரிச்சல்படுதலும், பொறாமையில் தீய்ந்து போதலிலுமே காலம் கழன்றுவிடும் போலிருக்கிறது.

''ஏகதேசம் எழுநூறு கிடைக்கும்!'' என்று சொல்லி முடிக்கு முன்பேயே- ''போகட்டும்...'' என்று 'பெருந்தன்மை'யோடு அங்கீகாரம் செய்பவர்களும்...

''இம்புட்டு மயிருதாலா... நானும் என்ன மோன்னுல்லா நினைச்சேன் - எழுநூறுன்னா இங்கின இருநூறுக்குச் சமானம்!'' என்று தன்னையே ஆற்றிக் கொள்பவர்களும்...

‘‘அங்கே எழுநூறுன்னா செலவுதாலா களியும்!’’ என்று அனுதாபப்படுபவர்களும் - இல்லை... நூறு ரூவா கடன் வாங்கினாத்தான் செலவு களியும் என்று சொல்லத் தோன்றும்.

இது போன்ற சந்தர்ப்பங்களில் உடனிருந்தால் கைமுட்டியால் விலாவில் இடிக்கும் முத்து. கேட்டவர்போன பிறகு, ‘‘ஏண்டா ஆயிரத்தி முன்னூறுன்னு சொல்லுகதுக்கு என்ன கொள்ளை? இங்கே கொண்டான்னா கேக்கப் போறான்? கூடக் கொஞ்சம் வயிறெரிஞ்சு சாகட்டுமே!’’ என்று அவன் செய்யும் நையாண்டி.

இது போன்ற நொள்ளைத்தனங்களும், நோக்காடுகளும் இருந்தாலும், அதிலும் ஒரு சுகம். கோபமும், எரிச்சலும், மகிழ்வும், துன்பமும், பொறாமையும், பூசலும் கலப்படமற்று அனுபவிக்க முடிகிற சுகம். பொய்ம்மைகள் படியாத மெய்ப்பாடுகள். அவ்வப் போது உள்ளம் புண்பட்டாலும், பின்னர் நினைத்துப் பார்க்கையில் நகக்குறி தடவுதலைப் போன்ற ஒரு ரசம்.

கழட்டி மேசைமேல் போட்டிருந்த கைக்கடிகாரத்தை எடுத்து மணி பார்த்தான் சிதம்பரம். ஏழு முப்பத்தைந்து, சுமார் ஐம்பது மணி நேரப் பயணத்தின் அலுப்பு உடம்பில் இன்னும் மீதமிருந்தது. நன்றாக உறங்கட்டும் என்று யாரும் இதுவரை எழுப்ப வரவில்லை. இன்னும் பதினைந்து நாட்கள் இப்படிக் கவலையற்று, எட்டு ஐம்பதுக்கு நுழைய இன்னொரு உலகம் இல்லாமல், புரளலாம் என்று எண்ணமிட்டபோது கீழே இருந்து ஒரு குரல், அம்மா...

‘‘சிதம்பரம்... ஏ சிதம்பரம்... என்னா, இன்னுமா எந்திரிக்கல்லே...? பல்லைத் தேச்சு சீக்கிரம் காப்பியைக் குடி,’’ என்ற அதட்டலுக்குப் பணிந்து...

நாள் தொடங்கிவிட்டது. கண்டதும் காட்டும் மலர்ச்சிகள். நல உசாவல்கள். எத்தனை நாள் விடுப்பு என்பது போன்ற தகவல் ஒலிபரப்பு இலாகா வினாக்கள்...

ஆற்றங்கரை, தமிழர் படிப்பகம், சாத்தாங் கோயில், இலுப்பாற்று மணல் மேடு என்று நண்பர்கள் கூடும் இடங்கள். ஆனாலும் பகல் பொழுதுகள் கெட்டி தட்டிச் சலனமற்று நிற்கின்றன.

காலைக் குளியும், காப்பிக் குடியும் கழிந்த பிறகு மலையாகக் கிடக்கும் முற்பகல். எதையாவது படித்து, தூங்கி-மீண்டும் சாப்பாடு. மாலை மலர்ந்தால் பொழுது ஓடிவிடும். ஆனால் வறண்ட முற்பகலும் பிற்பகலும்... நான்கு நாட்களிலேயே சலிப்பூட்டும் ஓய்வு. அங்கேயானால் எப்போதும் பசித்தவாறிருக்கும் வயிறு இங்கு மந்தித்துக் கிடந்தது. போட்டதற்கு மேல் போடுவதால் புறுபுறுப்பும் பொருமலும். வேண்டாம் என்றால் போயிற்று. ''அவன் முன்ன மாதிரியா, பவுறுல்லா வந்து இறங்கீருக்கு. அடங்கொளத்தாமக பெற வந்திருக்காளேன்னு பாக்கப் போறதுக்கு நாலு விடி அரிசி போட்டு முறுக்குச்சுட்டேன்... பம்பாயிலிலேருந்து வந்திருக்கானேன்னு அருமையா இரண்டு எடுத்து வச்சா அவன் தொட்டே பாக்கல்லே...'' என்ற ரீதியிலான ஆட்சேபங்கள். இன்னும் எத்தனை நாள் இப்படி ஓட்டுவது என்று எண்ணுகின்றபோது ஏற்படுகின்ற மலைப்பு.

என்றாலும் -

கண்ணுக்குக் குளுமையான பச்சை வயல்களை, நிலாப் பெண்ணின் முந்தானை போல் பாறை மீது சலசலத்துக் கொஞ்சி வழியும் கண்ணாடி நீரை, எங்கிருந்தோ பறந்து வந்து 'டுமுக்'கென்று குளத்துக்கெண்டையைக் கொத்திக் கொண்டோடும் மீன் கொத்தியை, மழையில் நனைந்து கொவர்ந்திருக்கும் மண் சுவர் மீது கொம்பால் உராயும் எருமைக் கடாவை, காலைத் தூக்கி ஆலடிமாடன் கற்சிலை மீது ஒன்றுக்குப் போகும் நாயை, முத்துப் போலப் பனித்துளிகளைத் தாங்கி அசைகின்ற இளம் குருத்து வாழைப் பரத்தல்களை, புன்னை மரத்து முடிச்சில் உட்கார்ந்து வெயில் காய்ந்து, வாயைப் பிளந்து காற்றுக்குடிக்கும் ஓணானை - காணும் போதெல்லாம் எதையோ இழந்து கொண்டிருக்கிறோம் என்று ஏங்கி...

பகல் பொழுதுகள் பாறையாகக் கனத்தாலும், ஒவ்வொரு நாளும் குறைகையில் இன்னும் பதின்மூன்று நாள், பன்னிரண்டு நாள் என்று காலக் கணக்கன் போல உள்ளே இருந்து ஒலிபரப்பாகும் ஒரு குரல். அந்தக் குரல் கேட்கும்போதெல்லாம் கொப்பளித்துப் பாயும் தாகங்கள்...

ஒவ்வொரு நாளும், ''வீமநேரி மாமா வீட்டுக்குப் போய் பார்த்துக்கிட்டு வா... பொறகு அவ்வோ பராதி சொல்லுவா...'' என்ற அம்மாவின் தார்க்குச்சியைத் தாங்க முடியாமல், 'சரி, போய்ப் பார்த்துவிட்டு வந்து விடலாம்' என்று போனால் அங்கு பேசுவதற்கு என்று வந்த அந்தக் கிழவர். ஏதோ ஒரு காலத்தில், கிளாஸ் ஃபோர் ஆக இருந்து ஓய்வு பெற்று, எவன் எங்கு வேலை பார்த்தாலும் அதற்கு ஈடும் இணையும் இல்லை என்ற மனோபாவத்தில் பழங்கால நினைவுகளைக் கடைவிரிக்கும்போது ஏற்பட்ட ஆயாசம்... எல்லாம் பேசி முடித்துவிட்டு -

''உனக்கு நம்ம குமரேசனைத் தெரியுமா...? அதான்டே... செம்பராம்பூரு தாணம்மைக்கு மவன்... அட, உனக்கு அம்மையைப் பெத்த ஆத்தா யேக்கியம்மைக்க சொக்காறனுக்க பேரன்பா... அவனும் பம்பாயிலேதானே வேலைக்கு நிக்கானாம்... ஒரு கம்பேனியிலே... சவத்து எளவு பேரு வாயிலே வரமாட்டங்கே...'' என்று சொல்லும்போது அந்த எழுபது லட்சம் கொண்ட இராட்சத நகரின் மக்கள்திரளும், அலை மோதி மூச்சு முட்டச் செய்யும் இயக்கங்களும் நினைவில் விரிந்தன.

''கட்டாயம் போய்ப் பாரு... எம் பேரைச் சொன்னாப் போரும்... உனக்கு என்ன வேணும்னாலும் செய்வான்.... எந்த நேரமானாலும் இருந்து பார்த்துக்கிட்டு வா.... காணல்லேன்னு உடனே திரும்பீராதே...'' என்று விழுந்த கட்டளை.

இது போன்ற வேண்டுதல்களுக்காகப் போய்ப் பார்த்து, தன்னை அறிமுகம் செய்து, நெடு நேர யோசனைக்குப் பிறகு, அந்த 'ஈச்சங்காட்டு உமையம்ம பேரன்' ''ஓகோ, அப்படியா?'' என்று பெருந்தன்மையாகக் கேட்டு வாசலிலேயே வைத்துப் பேசி அனுப்பிவிடும் அனுபவங்கள் புதியவை அல்ல அவனுக்கு. அதை நினைவுகூர்ந்து மனதுக்குள் சிரிக்கையில்-

''எப்பம்டே கலியாணம்...?'' என்று திடீரென விழுந்த அடி. பதிலை எதிர்பார்க்காமலேயே...

''சட்டுபுட்டுனு செய்து போட்டிர வேண்டியதுதாலா... ஒரு கட்டையோ நெட்டையோ பார்த்து... வயசும் ஆகுல்லா... உனக்கு

இதெல்லாம் அங்கே ரொம்பத் தாராளமாகக் கிடைக்குமாமே... பொம்பிளையோஎல்லாம் ரோட்டிலே நின்னு கூப்பிடுவாளுகளாம்... பெருந்தொடை தெரியத்தாலா பாவாடை உடுப்பாளாம்...'' என்று நாக்கைச் சுழற்றி நொட்டை போட்டு - அவனுக்கு எரிச்சல் வந்தது.

நாகர்கோவிலில் அவசர வேலையிருப்பதாகச் சொல்லி, அந்தப் பிடுங்கலிலிருந்து விடுதலை பெற்றுச் சிதம்பரம் வெளியே வந்தான். மணி ஐந்தரைதான் ஆகியிருந்தது. காலார நடந்தான். திருப்பதிசாரம் தாண்டி, ஓட்டுப்புரை விலக்கில் ஒரு ஆமவடை தின்று சுக்குக் காப்பியும் குடித்து மீண்டும் நடந்தான்.

மணி ஆறே காலே ஆகியிருந்தது. இனிமேல் என்ன செய்வது என்று திட்டமில்லை. கொஞ்ச நேரம் டவுனைச் சுற்றித் திரிந்து விட்டு பஸ் ஏறி வீட்டுக்குப் போகலாம். அல்லது ஏதாவது ஒரு சினிமா பார்க்கலாம். தமிழ்ப் படங்கள் எல்லாம் பழைய படங்கள்.

எதிரே தெரிந்த வெற்றிலை பாக்குக் கடையில் கலர் கலராகப் புத்தகங்கள் தொங்கின. நாளை காலை படிப்பதற்கு ஏதாவது வாங்கலாம் என்று கடையருகே போனான்.

தொங்குகின்ற பெண் முகங்கள் - உட்கார்ந்து, நின்று, சரிந்து, சாய்ந்து, மல்லாந்து, குனிந்து, நிமிர்ந்து தோன்றும் பெண் உடல்கள், மினி மைக்ரோ மினி, கீழே கிடப்பதைக் குனிந்து எடுக்கக் கூடாத மினி ஸ்கர்ட்கள், கரவாத கால்கள், தொடைகள், ஆன்பிரஞ்ச் முத்திரைகள், பூ பதித்த தொப்பூள் குழிகள்.

இவற்றில் எதைத் தெரிவு செய்வது என்று சிதம்பரம் யோசித்து நின்றான். யோசித்தவாறே நின்றான்.

ஒரு நொடியில் அவனுக்கு உலகமே வெறுமையாகத் தெரிந்தது. இன்னும் ஆறு நாட்களில் ரயிலேற வேண்டுமே என்று நினைக்கும்போது திகிலாக இருந்தது. இன்னும் ஆறு நாட்கள் இங்கே கழிக்க வேண்டுமே என்று எண்ணும்போது மலைப்பாக இருந்தது. அங்கேயும் இங்கேயும் ஒரு பொருந்தாச் சேர்க்கையாகத்தான் ஆகி வருகிறோமோ என்ற மயக்கம்.

'ஓ'வெனப் பரந்து கிடக்கிற வயல் வெளிகள், குப்பம் குப்பமான குன்றுகள், ஒரு ரிதத்துடன் கொண்டையைக் குலுக்கும் பனைக் கூட்டங்கள், உடைமரப் பொட்டல்கள்... எங்காயினும் யாரும் கலைக்கத் துணியாத தனிமை... தன்னுள்ளே உறைந்து உறைந்து, மண் புற்று வளர்ந்து தன்னையே மூடிவிடாதா என்பதான ஏக்கம். கொதிக்கின்ற வெயில், கிடுகிடுக்கச் செய்யும் குளிர், 'வாங் வாங்'கென்று அலைக்கழிக்கும் காற்று எதுவும் இடையூறு செய்யாமல், எதுவும் பாதித்து விடாமல், தன்னுள்ளே... தன்னுள்ளே... உருக் கலைந்து, உருச்சிதைந்து, தன்னையே இழந்துவிட மாட்டோமா என்று மனம் தவித்தது.

இடிபாட்டுக்குள்ளிலிருந்து கிளம்புவது மாதிரியான வாழ்க்கையின், இயலாத முனல்கள்... நொறுங்கிப் போன கனவுச் சிதைவுகளின் நெடுமூச்சுக்கள்... இற்றுப் பொடிந்த எதிர்காலத்தின் மூச்சுத் திணறும் நெருக்கல்கள்... கடந்த காலத்தின் தீய்ந்த நாற்றங்கள்...

ஏதுமில்லாமல், எதையும் குறித்துக் கவலாமல் ஒரு மோனம் முற்றாகச் சிந்தித்து விடாதா என்ற மறுகல்.

அவன் வந்த பாதையில் திரும்பி நடந்தான்.

தீபம், அக்டோபர், 1981.

9 பின்னம்

வழியெங்கும் பெருமழை. ஆந்திராவில் கொஞ்சம் ரயில் பாதையை வெள்ளம் அடித்துக்கொண்டு போய்விட்டது. பம்பாயில் இருந்து நேராகக் கோவை வழி கொச்சி போக வேண்டிய அந்த அதிவிரைவு ரயில் மராத்திய மாநிலத்தில் நீண்ட தூரம் சுற்றி விட்டு ஆந்திராவில் குண்டக்கல் பக்கம் நுழைந்து மேற்கொண்டு தெற்கு நோக்கிப் பயணமாயிற்று.

வழக்கத்தைவிட அதிகமான சாமான்கள். பதிவு போலான விற்பனைப் பயணமாக இல்லாமல், இது மாறுதல் பயணம். குடும்பம் பம்பாயில் இருந்தாலும், பின்னால் கோவை கொண்டு வந்தே தீர வேண்டுமானதால் முடிந்த வரை சாமான்கள். ஏற்றி இறக்குவதை நினைத்தால் அச்சம் ஏற்பட்டது.

பெருமழை காரணமாய் வண்டியின் தரையில் வெள்ளம் கசிவதும் காய்வதுமாக இருந்தது.

கட்டிக்கொண்டு வந்த சோற்றுப் பொட்டலங்கள் தீர்ந்து பன்னும் மாரி பிஸ்கட்டும் உருளைக் கிழங்கு வடையும் பச்சைப் பழமும் தின்று நீண்ட பயணம். புறப்பட்ட முப்பதாவது மணியில் கோவையில் இருக்க வேண்டிய வண்டி பத்தொன்பது மணி நேரம் தாமதமாக ஜோலார்பேட்டையைக் கடந்தது. இந்தக் கணக்கில் நள்ளிரவில் கோவை சேரும்.

பதினேழு ஆண்டுகளாகக் கோவை வழியாகப் பயணம் செய்திருக்கிறானேயன்றி, அங்கு இறங்கியதில்லை. ஸ்டேஷனில் இறங்கி, ஆட்டோ பிடித்து, தெரிந்து வைத்திருந்த லாட்ஜின் பெயர்

சொல்லி, ரூமில் சாமான்களைப் போட்டதும் ஒரு நிம்மதி கிடைத்தது. ஒன்பதரை மணிக்கு அலுவலகம் போன பின் வீட்டுக்கு ஃபோன் செய்து சொல்லி விட்டால் போதும்.

கிளையின் மேலாளரும் விற்பனை மேலாளரும் யூனியன் செயலாளரும் மட்டும் முன்பு அறிமுகமானவர்கள். அறிமுகச் சடங்கு ஆகி, காபி பருகி, பதிவேட்டில் கையெழுத்துப் போட்டு... இன்னும் அவனுக்கென்று இருக்கை வசதிகள் செய்யப்பட்டிருக்க வில்லை. புதியதாக நியமனமான பதவி. தாற்காலிகமாக அங்கும் இங்குமாக இருந்து கொள்ள வேண்டியதுதான்.

விற்பனைப் பொருட்கள் பற்றித் தெரிந்து கொள்ள ஏதுமில்லை. கிளையின் இயங்கு முறை தெரிந்து கொள்ள வேண்டும். அந்தப் பகுதியின் வாடிக்கையாளர்கள் பற்றித் தெரிந்து கொள்ள வேண்டும்.

எந்தப் பகுதியிலும் மூன்று விதமான வாடிக்கையாளர்கள் இருப்பார்களா. எப்போதும் நம்பத் தகுந்தவர்கள். நம்பினாலும் சற்று ஜாக்கிரதையாக இருக்க வேண்டியவர்கள். எப்போதும் நம்பவே கூடாதவர்கள். இதை எந்த விற்பனையாளனும் அனுபவத்தில்தான் தெரிந்து கொள்ள முடியும். ஆளைப் பொறுத்து இந்தப் பட்டியலில் ஏற்றத் தாழ்வுகள் இருக்கும்.

வீடு பார்த்து, பள்ளிகள் தீர்மானித்து, குடும்பத்தைக் கொண்டு வரும் வரையிலான தங்கும் செலவுகளை, ஒரு மாதத்துக்கு அதிகப்படாமல் நிறுவனம் தாங்கிக் கொள்ளும். எட்டுப் பத்து நாட்களில் இந்த ஏற்பாடுகளைச் செய்து கொண்டு, மறுபடியும் பம்பாய் போய், சாமான்களை ஒதுக்கி, வண்டியேற்றி அனுப்பி, குடும்பத்தைக் கொண்டு வர வேண்டும்.

வந்து இரண்டு நாட்கள் ஆகிவிட்டன. புதிய ஊர் என்ற திகில் இன்னும் மறைந்தபாடில்லை. அலுவலக ஆட்களைத் தவிர வேறு நட்பென்று எவரும் இல்லை. கிழக்கும் மேற்கும் புலப்படவில்லை. ஆறு மணிக்கு அறைக்கு வந்த பிறகு செய்ய எதுவும் இல்லை.

வேண்டுமானால் சென்ட்ரல் பஸ் நிலையம் அல்லது ரயில் நிலையம் என்று நின்று வரலாம். அல்லது சினிமா பார்க்கலாம். கமல், ரஜினி தவிர எல்லா முகங்களும் புதுசாகத் தெரிந்தன.

இருபது ஆண்டுகள் வெளியூரில் வாழ்ந்து விட்டுத் திரும்பியதால் கலாச்சார மாறுதல் முகத்தில் அறைந்தது.

மூன்றாவது நாள் காலை அலுவலகத்துக்குத் தர்மராஜ் வந்திருந்தார். அவருடைய தயாரிப்பு ஒன்று அவனது விற்பனைப் பட்டியலில் இருந்தது. பம்பாயில் இருந்தபோது அவனுடைய முயற்சியால் வெகுவாக அறிமுகமாகி இருந்தது. தர்மராஜுக்கு அவன் மீது அபிமானம் உண்டு.

கோவை மாநகரச் 'செம்புலிகள்' சங்கத் தலைவராக அவர் தேர்வு செய்யப்பட்டிருந்தார். அன்று இரவு எட்டு மணி அளவில் புதிய நிர்வாகக் குழுவைப் பொருத்துவதாக இருந்தனர். மேலாளரும் விற்பனை மேலாளரும் தம்மால் ஆகாது என ஒதுங்கிக் கொண்டனர்.

ஆறு மணிக்கு மேல் செய்யத் தனக்கு ஏதுமில்லை என்று தர்மராஜுக்குத் தெரியும். சரியாக எட்டு மணிக்கு 'அமலா இன்டர்நேஷனல் ஓட்டல்' ஏழாவது மாடிக்கு வரச் சொன்னார். தன்னை யாருக்கும் தெரியாது, தனக்கும் யாரையும் தெரியாது என்று தப்பிக்கப் பார்த்தான்.

பத்தாண்டுகளாகப் பழகிவரும் தொழில் காரணமாக அவைக் கூச்சம் இல்லை. முன்பின் தெரியாத ஆளிடம் கூட மூன்று மணி நேரம் உரையாடல் கொள்ள முடியும். பண்பாட்டு மெல்லுணர்வுகள் எல்லாம் மழுங்க ஆரம்பித்து அதை உணர ஆரம்பித்து ஆண்டுகள் ஆகிவிட்டன.

சின்ன வயதில் நெருங்கிய சொந்தக்காரக் கல்யாணத்துக்குப் போவதே கூடச் கூச்சம் ஏற்படுத்தும். நாலுபேர் முன்னால் அரைகுறை ஆடையுடன் நிற்பதைப் போல பந்தியில் இடம்பிடிக்க நடக்கும் அடிதடியைப் பார்த்துச் சில சமயம் சாப்பிடாமலேயே கூடத் திரும்பி யிருக்கிறான். அதெல்லாம் மரத்துப் போயிற்று.

ஆறேழு மாதங்களுக்கு முன்னால்... 'நீங்கள் இன்னமும் எழுதுகிறீர்களா மிஸ்டர் ஃபாக்னர்?' என்றொரு ஆங்கில நாடகத்துக்கான அழைப்பு இருந்தது. அமெரிக்கன் சென்டரில், இரவு எட்டு மணிக்கு சலாவுதீன் கூட வருவதாக இருந்தார். ஆனால் அவருக்குப் பிற்பகல் நாலு மணிக்கு, வெளியாகப் போகும் புதிய இந்திப் படத்துக்கான, பத்திரிகையாளருக்கான அழைப்பு இருந்தது.

இந்தியத் திரையுலகில் அந்த நிறுவனம் வார்னர் பிரதர்ஸுக்குச் சமமானது. சலாவுதீன் நன்கு எழுதும் ஆற்றலுள்ளவர். உருதுக் கவிதைகளை அவர் மொழி பெயர்த்துச் சொல்வதைக் கண் மூடிக் கேட்டுக்கொண்டிருக்கலாம். குறிப்பாக ஃபயஸ் அகமது ஃபயஸ்.

ஒரு வேடிக்கை போலத் தமிழ் சினிமாப் பத்திரிகைக்குச் செய்திகளும் துணுக்குகளும் பேட்டிகளும் விமர்சனங்களும் பம்பாயிலிருந்து எழுதிக் கொண்டிருந்தார்.

வழக்கமான இந்திப் படம்தான். அறுபது எழுபது பேர் வந்திருந்தனர். நாயகனும் நாயகியும் புது முகங்கள். படம் முடிந்து சிற்றுண்டிக்கான ஏற்பாட்டில் கலந்துக் கொண்டபோது சற்றுக் கூச்சம் இருந்தது. சலாவுதீன் ஒரு பெருவெள்ளம் போலப் புரண்டு மறிந்து கொண்டிருந்தார். பொன்னிற முந்திரிப் பருப்பை அவ்வளவு ஒரு சேர அவன் அதற்கு முன் கடைகளில் கூடப் பார்த்ததில்லை. பரப்பப் பட்டிருந்தவற்றில் மாதிரிக்கொன்றாக ருசி பார்த்தே வயிறு நிரம்பி விட்டது.

மேடை போல் அமைக்கப்பட்ட இடத்தில் முக்கால் மணி நேரமாகக் கதாநாயகி புன்னகை பயின்று கொண்டிருந்தாள். தங்கையாக நடித்தவள் அதிகக் கவனிப்பின்றி, கவனிப்பை எதிர்பார்த்து நின்று கொண்டிருந்தாள். இரண்டு பேரையும் இடம் மாற்றி வைத்து எண்ணிப் பார்த்தான். முடிந்து திரும்பியபோது எல்லோருக்கும் ஒரு பெரிய கவர் கையில் கொடுத்தனர்.

''இப்போது திறந்து பார்க்காதே!'' என்றார் சலாவுதீன்.

நாடக அரங்கில் உட்கார்ந்தபோது, பின் அடிக்கப்பட்டிருந்த உறையைத் திறந்து பார்த்தான். முதலில் படப் பாடல்கள் அடங்கிய ஒரு கேசட் வந்தது. பிறகு நாயக நாயகியரின் குளோசப், கவர்ச்சிப் படங்கள் வந்தன. கதை விபரம் அடங்கிய ரைட்-அப் வந்தது. இரண்டு ஐம்பது ரூபாய் நோட்டுகள் வந்தன.

''இது போக்குவரத்துச் செலவுக்கு!'' என்றார் சலாவுதீன், பெருஞ் சிரிப்புடன்.

அறைக்கு வந்து சற்று நேரம் கட்டிலில் கிடந்து பிறகு குளித்து உடை மாற்றும்வரை 'செம்புலிகள்' சங்க விழாவுக்குப் போவதா வேண்டாமா என்ற தத்தளிப்பு. மணி ஏழே கால் ஆகியிருந்தது. ஐந்து நிமிட நடைதான். பகட்டாகப் போக வேண்டியது இருக்குமோ என்னவோ!

எதற்கும் ஒரு அனுபவமாக-சலாவுதீன் கூடப் போனது போல - இருக்கட்டுமே என்று புறப்பட்டுப் போனான்.

வாசலில் போர்டு வைத்திருந்தனர். நிகழ்ச்சி இன்னும் ஆரம்பித்திருக்கவில்லை நிறைய மாருதிகள், கான்டசா, பிரிமியர் பத்மினி டிலக்ஸ்...

அரங்கில் சுமார் இருநூறு பேர்கள் - ஆணும் பெண்ணுமாக. சில குழந்தைகளும் இருந்தன. தர்மராஜ் வரவேற்று இரண்டொருவரிடம் அறிமுகம் செய்துவிட்டுப் போனார்.

எல்லாச் சூழ்நிலைகளிலும் இயல்பாகப் பொருத்திப் போகும் வட இந்தியத் தன்மை இல்லை. அடிக்கடி உள்வாங்கிப் போனார்கள்.

நிகழ்ச்சி துவங்கி நடந்து கொண்டிருந்தது. இது போன்ற எல்லா நிகழ்வுகளுக்குமான மந்தத் தனத்துடனும் செயற்கை ஆரவாரத்துடனும்.

ஒன்பதரை மணிக்கு பார் திறந்தனர். பீர் இருந்தது; ஜின் இருந்தது; கன ரகங்கள் இருந்தன.

குழுக்களாக ஆண்களும் பெண்களும் நின்று பேசிக் கொண்டிருந்தனர். பெரும்பாலும் சிறு முதலாளிகள், பகட்டாக எளிய கதர் அணிந்திருந்தனர்.

தெரிந்த முகம் தேடிக் கொண்டிருந்தான். தர்மராஜ் அறிமுகம் செய்து வைத்த செல்வராஜ் மறுபடி தென்பட்டார். அவர் கையிலிருந்த கோப்பைத் திரவத்தின் அடர் நிறமும் வாசனையும் 'ஓல்ட்மாங்க்' என்று தோன்றியது. பணியாளர் தட்டில் சுமந்து வந்த உருளைக் கிழங்கு வேஃபரில் ஒரு கை அள்ளிக் கொண்டார்.

செல்வராஜுக்கு அறுபத்தைந்து வயது இருக்கும். பழைய கோணிகள் வாங்கி விற்க ஆரம்பித்த வாழ்க்கை. இன்று நகரில் கோணித் துணிக்கான மொத்த வியாபாரி.

அவனது நிறுவனம் ஆயிரத்துத் தொள்ளாயிரத்து ஐம்பதில் கோவையில் கிளை தொடங்கிய காலத்திலிருந்த மேலாளர்களை ஒருவர் பின் ஒருவராக நினைவு கூர்ந்து கொண்டிருந்தார். அவர்கள் பெயர்களைக்கூட அவன் கேள்விப்பட்டிருக்கவில்லை. காலிஃப்ளவர் பஜ்ஜிகளை ஒரு கையில் அள்ளிக்கொண்டு, தாக நேரத்தில் சர்பத் குடிப்பதைப் போன்று கோப்பையைக் காலி செய்துவிட்டு, பார் தேடிப் போனார்.

முகத்தில் நிரந்தரக் குடிகாரனுக்கான தடயங்கள் இருந்தன. கோப்பையில் பாதிக்கு மேல் நிரப்பிக் கொண்டு கொஞ்சம் போல சோடா சேர்த்தக் கொண்டார்.

மணி பத்தரை ஆகிக்கொண்டிருந்தது. சாப்பிட்டு விட்டுத் திரும்பிக் கொண்டிருந்தனர் - சிலர் பீங்கான் தட்டத்தில் கரண்டிச் சத்தம் ஒலிக்கத் தின்றனர்... சிலர் இன்னும் கோப்பையை வைக்கவா என்ற யோசனையில்...

கூட்டம் மெலியத் துவங்கியிருந்தது. பிளேட்டில் இருந்த புலாவை ஒதுக்கிக் கொண்டிருந்தபோது மறுபடியும் செல்வராஜ்

எதிர்ப்பட்டார். கையிலிருந்த கோப்பை அமுதசுரபி போலும். கண்களில் போதைச் சிவப்பும் நடையில் லேசான வசமின்மையும். பேசும்போது தடித்த நாக்கு தொனித்தது.

செல்வராஜ் இத்துடன் நிறுத்திக் கொள்வது நல்லது. யார் சொல்வார்கள் என்று தெரியவில்லை. சொல்லும் அருகதை அவனுக்கு இருப்பதாக அவன் நினைக்கவில்லை. மேலும் அதை அவர் எப்படி எதிர்வினை செய்வார் என்ற பழக்க நிச்சயமும் இல்லை.

''ஏனுங்க... இவ்வளவு சீக்கிரமே சாப்பிட்டீங்க...''

''இல்லை சார்... மணி பத்தே முக்கால் ஆகுதில்ல.... காலைல ஆபீஸ் போகணும்...''

''என்ன பெரிய ஆபீஸ்... அந்தக் காலத்திலீங்க - நானும் ஓங்க மேனேஜர் சர்மாவும் குடிக்க உக்காந்தா ராத்திரி ரெண்டு மணியாகுங்க.''

அதுதான் சர்மா ஐம்பத்தாறு வயதில் புறப்பாடு கொண்டாராக இருக்கும்.

தர்மராஜைப் பார்த்துச் சொல்லிவிட்டுப் போகலாம் என்று கண்களால் துழாவினான். கை கழுவப் போனபோது மூன்று லார்ஜும் கால்களில் இறங்கியிருப்பது புலப்பட்டது. கை கழுவி விட்டுத் திரும்பியபோது செல்வராஜும் அவர் மனைவியும் பேசிக் கொண்டிருந்தது கேட்டது.

''உங்களுக்கு எத்தனை வாட்டி சொன்னாலும் புரியாது.. போரும்... வச்சிட்டு வாங்க...''

''இருடி, போகலாம்...''

''இப்பவே மணி பதினொண்ணாகுது... வீட்ல போனா அவ மூஞ்சியை மொகரையை இழுப்பா...''

''அவ யாருடி என்னக் கேக்க... இரு... ஒரு ரவுண்டு எடுத்துக்கிட்டு வாறேன்...''

செல்வராஜ் நிரப்பி விட்டுத் திரும்பியபோது தர்மராஜ் வந்தார்.

''அப்ப நான் வரட்டுமா?''

"இருங்க போகலாம்... பதினொண்ணுதானே ஆகுது... பக்கத்திலேதானே... வாங்க, ஒரு ரவுண்டு சாப்பிடலாம்..."

"ஐயையோ... இப்பதான் சீரா இருக்கு..."

மேலும் ஒரு மணி நேரம்.

செல்வராஜ் கட்டுகள் கழன்ற திமிர்ப்பில் இருந்தார். குரல் உரத்தும் ஒழுங்கற்றும் வந்தது. அரங்கில் மொத்தம் இருபதுக்குள்தான் ஆட்கள் இருந்தனர். அவர் வீட்டு அம்மாள் பேசக்கூட ஆளற்று ஒரு மூலையில் அமர்ந்திருந்தார்.

மறுபடியும் சொல்லிக்கொண்டு புறப்பட யத்தனித்தபோது, செல்வராஜ் மனைவி தர்மராஜிடம் முறையிட்டுக் கொண்டிருந்தது கேட்டது.

"நீ என்ன வீட்ல கொண்டு விட்டிருப்பா... அவர் எங்காவது தூங்கி எழுந்திரிச்சு காலைல வரட்டும்... இந்த மாதிரி கூட்டிட்டுப் போயி அவ வாயிலே பேச்சுக் கேட்க முடியாது..."

செல்வராஜ் 'மயிரே போச்சு' என்பது போல் மறுபடியும் கோப்பையை நிரப்பப் போனார். தர்மராஜிடம் இன்னும் மன்றாடுவது கேட்டது.

"இருங்க... அம்மாவை வீட்டுக்கு அனுப்பிவிட்டு வந்துடறேன்..." என்று சொல்லிவிட்டுப் போனார்.

தர்மராஜ் திரும்பி வந்தபோது செல்வராஜ் ஏழு குதிரை பூட்டிய ரதத்தில் அமர்ந்திருந்தார். ரதம் எப்போதும் புறப்படத் தயார் நிலையில்... குதிரைகள் மூசுமூசென்று மூச்சு விட்டு, காலுதைத்து நிலம் பறிக்கத் தயாராக நின்றன.

பெரும்பாலும் எல்லோரும் அகன்று விட்டனர். பார் மூடியாகி விட்டது. மீதமிருந்த பதார்த்தங்களை அப்புறப்படுத்த முனைந்தபோது, தர்மராஜ் தன் தட்டில் கிடைத்ததை அள்ளிப் போட்டுச் சாப்பிட ஆரம்பித்தார்.

பேச ஆளற்று ஒரு நாற்காலியில் அமர்ந்த செல்வராஜ் ஒரு பக்கமாக, தோதற்ற நிலையில் தலை தொங்க, மயங்க ஆரம்பித்தார்.

கை கழுவிவிட்டு வந்த தர்மராஜ் சொன்னார் -

"நீங்க லாட்ஜிலேதானே இருக்கீங்க... ரூம்லே ஒரு எக்ஸ்ட்ரா பெட் போடச் சொல்லலாம்... பெரியவர் தூங்கி எந்திரிச்சு காலையே போட்டும்..."

அவனுக்குத் திக்கென்றிருந்தது.

"இருங்க, வந்திட்டேன்..." செல்வராஜை அப்புறப்படுத்த ஆள் தேடப் போகிறார் போலும்.

தப்பித்துச் சென்றுவிடு என்றொரு கட்டளை உள் மனத்தில் ஒலித்தது.

அவன் தாமதிக்கவில்லை. லிப்டுக்குக் காத்திராமல் படிகள் இறங்கி, வேக நடையில் லாட்ஜை அடைந்து, சாவி வாங்கி, உடை மாற்றாமல் கட்டிலில் விழுந்தான்.

வேகமாக நெஞ்சு அடித்தக் கொண்டிருந்தது. இதமான குளிரிலும் நெற்றி வியர்த்தது.

படபடப்புத் தணிந்தபோதுதான் செய்தது நியாயமற்ற காரியம் என்று தோன்றியது. உறக்கம் வராமல் மனம் அலைந்து கொண்டிருந்தது.

சீர்வரிசை, பிப்ரவரி, 1992

10. கொடுக்கல் வாங்கல்

நாலு புறமும் நஞ்சை வயல்கள். அரை வைத்த நெற்பயிர்கள் பச்சைப் படாம் விரித்துக் காட்டுகின்றன. வானைக் குத்திக் கிழித்து விடத் துடிக்கும் கூர்மையான நெற்தாள்களில் சூரியன் ஒளியை அள்ளித் தெளித்துக் கொண்டிருக்கிறான். காற்றில் அசையும் போதெல்லாம் அவை சாணை பிடிக்கப்பட்ட கத்திகள் போல் வெள்ளியாகப் பளிச்சிடுகின்றன.

முப்பது மரக்கால் பாதியில் மேற்கு வரப்பில் புல்லைக் கரம்பி எடுத்துக் கொண்டிருந்த தானியல் திரும்பிப் பார்த்தான். அறுத்துச் சேர்த்துக் குப்பம் குப்பமாக வைக்கப்பட்டிருந்த புல் வரிசை. ஏற்கனவே பனை ஓலைக் கடவத்தின் வாய் மட்டத்துக்குப் புல் இருந்தது. கோபுரம் போலக் குத்துப் புல் வைப்பதற்கு மாத்திரம்தான் இரண்டு தூக்கு வேண்டும். அறுத்துக் குவித்திருந்தது போதும் என்று அவனுக்குத் தோன்றியது.

பதினோரு மணி வெயில் படை படையாக முதுகில் விழுந்து கடித்தது. கையிலிருந்த பிடிப் புல்லை வரப்பில் வைத்துவிட்டுத் தானியேல் நிமிர்ந்தான். பன்னரிவாளின் பின்புறத்தால் குறுக்கில் நசநசத்த வியர்வையை வழித்தான். அரிவாளின் விளிம்பில் சொட்டுகளாகச் சேர்ந்திருந்த துளிகளை இடது கை ஆள் காட்டி விரலால் தடவிச் சுண்டினான்.

கடவத்தை நகர்த்திக் கொண்டு வந்து, புல் குப்பங்களைப் பிடி பிடியாக அடுக்கி, அதன் மேல் உச்சியில் தலை கீழாக ஒரு தூக்குப் புல்லை நாட்டினான். பன்னரிவாளை அதன் உச்சியில்

இறக்கிக் கடவத்தில் புல் இறுக்கமாக அழுந்தும்படி முத்திரை வைத்தான். குடையில் மேல் நீண்டிருக்கும் குடைக் கம்பு போல, அரிவாளின் கைப்பிடி நேராக நின்றது. கடவத்தை இரு கைகளாலும் தூக்கிக் கனம் பார்த்தபோது அவனுக்குத் திருப்தியாக இருந்தது.

தானியலுக்குப் புல்லறுப்பது தாற்காலிகமான தொழில். ஆவணி மாதத்தில் ஆரம்பிக்கிற தொழி உழவு வேலை கிட்டத் தட்ட அறுபது நாட்கள் தொடர்ந்து இருக்கும். வெள்ளை நடவு முடித்த பின்னர், தளை கொத்தி வைப்பதும், உரம் போடுவதும், வேப்பம் பாசி 'சமுண்டு'வதும் ஜப்பான் நடவுக்குக் களை உருட்டு வதுமாக ஒருமாதம். அதுவும் ஆகிய பிறகு பயிர் அரைவைக்க ஆரம்பித்ததும், விவசாய வேலைகள் தாமாகவே நின்றுவிடும்.

வேலை இல்லையே என்பதற்காகப் பசிக்காமலா இருக்கிறது?

அவனை நம்பி இரண்டு சிறிய வயிறுகள் காத்திருக் கின்றனவே? எப்படியாவது தினம் மூன்று ரூபாய் இல்லாவிட்டால் பொழுது கழியுமா?

வேலை இல்லையென்று முட்டைச் சொறிந்து கொண்டோ பல்லைக் குத்திக் கொண்டோ, இறக்கு, வெட்டு என்று தாயம் ஆடிக்கொண்டோ சோம்பி இருப்பவனல்ல தானியேல். காலையில் நிலைச்சாக்குக்கு ஒரு சாக்குப் புல் அறுப்பான். கல் வீட்டில் கொண்டு போட்டால் ஒன்றே கால் ரூபாய். சாயங்காலம் அதுபோல் ஒரு சாக்குப் புல் அறுத்துக்கொண்டு பூ முகத்து வீட்டில் போடுவான். ஒன்றே கால் ரூபாய். காலையில் கல் வீட்டுக்குப் புல்லறுத்துப் போட்டுவிட்டு, வீட்டுக்குப் போய் வயிற்றுக்கு எதையாவது ஊற்றி விட்டு, திரும்பவும் பத்துக்கு வந்து கடவத்தில் அறுக்கின்ற புல், அவன் வளர்க்கின்ற எருமைக் கிடேரிக்கு.

எருமைக் கன்றுக் குட்டி என்பதால் வேலியோர ஓலைப் புற்கள், நொறிஞ்சான் குழை, குப்பைக் கீரை, தொட்டாவாடி அல்லது அது போன்ற பதவல்களை அறுத்தாலே போதும். ஆனால் அதெல்லாம் வேறு வசமாகப் புல் வாய்க்கா விட்டால்தான். இருக்கின்றபோது வேலியோரச் செடிகொடிகளை நாடுவானேன்?

இனி மேல் போய்த்தான் மத்தியானத்துக்குக் கஞ்சி ஏதாவது வைக்க வேண்டும். இரண்டு தம்பிகளும் சாயங்காலம் வருவார்கள். பள்ளியிலேயே மத்தியான உணவு ஆகிவிடும். தனக்கு மாத்திரம் தான் என்பதால் அவசரப்படாமல் நடந்தான் தானியேல்.

வழக்கமாக இவ்வளவு நேரம் அவனுக்கு ஆவதில்லை. நேற்று மாலை பூ முகத்து வீட்டுக்காகப் புல்லறுத்துவிட்டு வரும் போது கல்லுக்கட்டு வயலின் மேற்கு இடை வரப்பில் வளரியும் குழலியும் யானை அறுகும் வல்லாரையும் கொடுப்பையும் மண்டிக் கிடப்பதைப் பார்த்தான். நாளை காலை கிடேரிக் கன்றுக்கு அறுக்கலாம் என்று அதைக் கண்டு வைத்து விட்டு வந்தான். கால் மணி நேரம் அறுத்தால் கடவம் நிறைந்துவிடும். அத்தனை செறிவு. இடைவரப்பு ஆகையால் யார் கண்ணிலும் படவில்லை.

இன்று காலை, முதல் சுற்றுப் புல்லை அறுத்துக் கல்வீட்டில் போட்டு விட்டு, ஒன்பதரைக்கு வீட்டுக்குப் போய், காலையில் அவித்து வைத்திருந்த மரச் சீனிக் கிழங்கை உப்பு மிளகுப் பொடியில் தொட்டு இரண்டு துண்டுகள் தின்று 'பழஞ்சித் தண்ணி'யும் குடித்து ஒரு பீடியைப் பற்ற வைத்துக் கொண்டு, இரண்டாவது சுற்றுப் புல்லறுக்கக் கிளம்பினான். பாதித் துண்டுப் பீடியை அணைத்துக் காதிடுக்கில் செருகியபோதே அவன் சிந்தனை அவிழ்ந்தது.

தினமும் வேலைக்குப் போய் வந்து, தன் கையாலேயே பொங்கித் தானும் தின்று, தம்பிகளுக்கும் தந்து.. அவனுக்கு அலுப்பாக இருந்தது. வேலையாவது தினமும் உண்டா என்றால் இல்லை. அன்றாடப் பாட்டுக்கு வழி தேடுவதே பெரும் பாடாக இருந்தது. இந்த லயத்திலேயே நடந்து கல்லுக்கட்டு வயல் இடைவரப்பில் கண்டு வைத்திருந்த இடத்தை அடைந்தான்.

அவனுக்குப் பகீரென்றது. எதையோ பறிகொடுத்ததைப் போல 'வெளமும் வெப்ராளமும்'. வரப்பைக் கரம்பியிருந்த நேர்த்தியைப் பார்த்தால் அந்தக் கடுக்கரைக் கிழவிதான் அறுத் திருப்பாள் என்று தோன்றியது.

"நீக்கம்புலே போவா... எப்படி கதுக்கட்டி வச்சு அறுத்திருக்கா..." எரிச்சலில் திட்டினான்.

இனிமேல் கரையடிகளைத் தேடிப் போவது கடினம். ஒரு வயல் தாண்டி, பத்து நாள் துளிரைச் சிரமப்பட்டு அரைக் கடவம் அறுத்தான். கால் வரப்பில் முதிராத நீர் முள்ளிகளாகப் பார்த்து மீதி அரைக்கடவத்தை நிறைத்தான். குத்துப்புல் வைப்பதற்குத் தோதாக முப்பது மரக்கால் பாதியின் இடைவரப்பு பயன்பட்டது.

மேற்கு மலையில் ஏறி ஒரு கட்டுக் குதிரைவாலியோ, இளம் சுக்குநாறியோ அறுத்துக் கொண்டு வரவும் அவன் தயார். ஆனால் அது பால் மாட்டுக்குச் சரிப்பட்டு வராது. பால் வற்றிப்போகும். பூ முகத்து வீட்டிலும், கல்லுக் கட்டு வீட்டிலும் கறவை மாடுகள். வண்டியிலோ, உழவிலோ வருகிற காளைகள், எருமைக் கடாக்ககள் ஆகியவற்றுக்குத்தான் தோதுப்படும். ஆகவே அவன் காலையும் மாலையும் பத்துக் காட்டில் கிடந்து சாக வேண்டியுள்ளது.

இல்லையென்றால், காலை ஐந்தரை மணிக்கு நாவற்காட்டு மலையில் ஏறப் புறப்பட்டால், இரண்டு மணிக்குள் சுமைப் புல்லோடும், வடிக்க ஈச்சஞ் சுள்ளி விறகோடும் திரும்பி விடலாம். தம்பிகள் சாயங்காலம் பள்ளி விட்டு வந்தால் கடிப்பதற்கு இரண்டு மூன்று கிழங்குகளோ, மாம்பிஞ்சுகளோ, ஒன்றும் இல்லாவிட்டால் ஈச்சம் பழக் குலையோ கூடக் கொண்டு வரலாம்.

பயிர்கள் கதிராகி விட்டால் பத்தில் புல் ஓய்ந்து போகும். அறுவடை வேலைகள் தொடங்கும்வரை காற்றையா குடிப்பது? தானியேல் கிழங்குக்குப் போவான். கிடார ஊத்து மலையானாலும் மஞ்சள் பாறை மலையானாலும் ஏறிச் சுமட்டளவு மரச்சீனிக் கிழங்கு கொண்டு வந்து ஊர் ஊராகச் சுமந்து விற்று மீதியை அவித்துத் தின்று...

அது இல்லாவிட்டால் கறிச்சக்கை வியாபாரம். அதற்கானால் வடக்கு மலை ஏற வேண்டும். பாலமோர் எஸ்டேட்டோ, பயனீர் எஸ்டேட்டோ ஏறி, பலாக்காய்களை ஏலம் பிடிக்க வேண்டும். கிழட்டு சைக்கிள் ஒன்றை வாடகைக்கு எடுத்துக் கொண்டு, ஆறேழு கறிச் சக்கைகளை வாங்கி, மலையிலிருந்து இறங்கி, சைக்கிளின் பின்புறம் வைத்துக் கட்டி, பிளந்து, கீறி விற்று... மரச்சீனிக் கிழங்கைப் போல உத்தரவாதமும் இல்லை. சக்கையைக்

சூர்ந்தா பார்க்க முடியும்? புறத்தே நல்ல நிரப்பாக இருந்தாலும் உள்ளே வெறம் பூஞ்சாகப் போய்விட்டால்? இல்லை. சாரைப்பாம்பு ஏறிய கிளையின் காய்களாக இருந்து சுளையும் மடலும் கசந்து போய் வாயில் வைக்க இயலாததாக ஆகிவிட்டால்? இழவுக்குப் போனவளைத் தாலியறுக்கச் சொல்வதைப் போல அவன் கைப்பணம் பழுத்துவிடும்.

இல்லையென்றால் தாடகை மலையிலிருந்து கொழுஞ்சிக் குழை பிடுங்கி வரலாம். கட்டுக்கு மூன்றரை ரூபாய் கிடைக்கும். புல்லறுப்பதைப் போல மூலதனம் தேவையில்லாத தொழில். எப்போதாவது கார்டர்கள் கண்டுவிட்டால் ஒன்றோ இரண்டோ கொடுத்தால் போதும். ஆனால் கொழுஞ்சி நிற்கும் இடமாகத் தேடி அலைய வேண்டும். அலைந்து கண்டுபிடித்தாலும் அரிவாளால் அறுக்கக் கூடாது. கையினால் பிடுங்க வேண்டும். வேரின் இணைப்புகளில் உருண்டிருக்கும் முண்டுகளில்தான் உரச் சத்தே இருக்கிறது. பிடுங்கி ஒரு கட்டுச் சேர்ப்பதற்குள் கைகள் செத்து, தோள்பட்டைகள் இற்றுவிடும்.

அதையெல்லாம் பார்த்தால் முடியுமா? அவன் மூதாதையர்கள் எந்தச் சிற்றரசனுக்கும் அடைப்பம் தாங்கவில்லையே! அவன் இனத்தில் அழகான பெண்கள் பிறந்திருப்பதும் சாத்தியமில்லாதது. எந்தக்கடவுளும் கனவில் தோன்றிப் புதையலைக் காட்டவில்லை.

எங்காவது ஒரு பண்ணையில் பதிந்த வேலையாக, மாதச் சம்பளத்துக்குக் கிடைத்தால் இந்த நோக்காடு இருக்காது. உண்டான வேலையைச் செய்தால் போதும். மாதா மாதம் சம்பள நெல் வந்து விடும். அவன் இரண்டு மூன்று இடங்களில் கேட்டுப் பார்த்து விட்டான். யாரும் தரத் தயாராக இல்லை.

அப்பாவும் போய்ச் சேர்ந்து நான்கு ஆண்டுகள் ஆகிவிட்டன. பதினெட்டு வயதில் ஏற்ற சுமை. அவனும் படித்திருக்க வேண்டியவன் தான். ஆனால் வயிறுகளின் நிர்ப்பந்தம். பர மண்டலத்திலிருக்கும் பிதா அவசரப்பட்டு விட்டார்.

கடுமையான உழைப்பு இருபத்திரண்டு வயதிலேயே தானியேலின் உடம்பை இரும்புலக்கை ஆக்கிவிட்டது. தெரியாத

வேலையும் இல்லை; சாமர்த்தியத்துக்கும் குறைவில்லை. தாய்மாமன் கல்யாணத்துக்கு நெருக்கிக் கொண்டிருக்கிறார். எத்தனை நாள்தான் கையினால் பொங்கிச் சாப்பிடுவாய் என்ற கரிசனம். ஆனால் அம்மாவும் அப்பாவும் போய்ச் சேர்த்தபிறகு இரண்டு மாதங்கள் மாமன் வீட்டில் இருந்ததும் அங்கு பட்ட பாடும்.

மாமன் மகள் மனோண்மணி மீது தானியேலுக்கு ஒரு கண் உண்டு. கல்யாணம் செய்து கொண்டால் இரண்டு பேருமாகச் சேர்ந்து பாடுபடலாம். என்றாலும் தம்பிகள் ஆளாக வேண்டுமே! பெண்டாட்டி என்று வந்து பிறகு அந்தப் பசலைகள் நாதியற்றுப் போய்விட்டால்-

பெரிய தம்பி பதினொன்று தேற இன்னும் மூன்று ஆண்டுகள் ஆகும். அதுவரை மனோண்மணி காத்திருப்பாளா? கால்வரப்பில் நடக்க ஆரம்பித்த தானியேலின் எண்ணச் சிதறல்கள். அந்த நினைப்பினூடேயே சில ஏக்கப் பெருமூச்சுக்கள்... வாலிபக்கனவுகள் தீய்ந்து கருகும் வாசனை.

புல் கடவத்தைச் சுமந்து கொண்டு, கால் வரப்பிலிருந்து விலகி, கிழக்கே நடந்து, ஆற்றங்கரையை நெருங்கினான். ஆற்றங்கரையோரமாக இருந்த தென்னந் தோப்புகளின் நடுவே வரப்பின் வழியாக நேரே போயும் ஆற்றை அடையலாம். ஆனால் அந்த வழி கொஞ்சம் சுற்று. உடனேயே குளித்து விடலாம் என்ற நினைப்பில் வயல் வரப்பின் வழித்தடம் வழியாக ஆற்றங்கரை மேட்டில் ஏறி, கள்ளி வேலியின் இடையே இருந்த தொண்டை நெருங்கினான்.

"யாரது? தானியேலா...?"

பெண்குரல் என்றது தானியேலின் உணர்வு. குரல் வந்த திக்கில் திரும்பினான். யாரையும் காணோம். இடது பக்கத் தோப்பிலிருந்து யாராவது கூப்பிட்டிருப்பார்கள். உயரமான சீமை உடைவேலியின் நெருக்கத்தில் ஆள் நின்றாலும் தெரியாது. வரப்பில் வரும்போதே தன்னைக் கண்டு விட்டுத்தான் குரல் கொடுத்திருக்க வேண்டும் என்று தானியேல் நினைத்தான்.

தோப்பின் வாசலருகில் போனான். திறந்திருந்தது. உள்ளே பார்த்தான். பொன்னம்மை நின்றிருந்தாள். கையில் கல்மூங்கில் கழையின் மேல் நுனியில் வளைந்த கொக்கி.

''நாச்சியாரே... கூப்பிட்டேளா?''

'ஆமா... கொஞ்சம் இங்கிண வந்திட்டுப் போ...''

பொன்னம்மை தோப்பின் சொந்தக்காரி. மட்டுப்பா வீட்டு மயிலேறும் பெருமாளின் மனைவி. எப்போதாவது ஓரிரு நாள் வேலைக்கு - விறகு கீறவோ, வெள்ளை அடிக்கவோ, தானியேல் போனதுண்டு.

நொச்சிப்படல் கதவைத் தள்ளித் திறந்து கொண்டு தோப்பினுள் நுழைந்தான். புறுபுறுத்துக் கொண்டு கதவு தானாக அடைந்தது. நுழைந்தவனை ஏறிட்டுப் பார்த்தாள் பொன்னம்மை.

''அஞ்சாறு முரீங்கா பறிச்சுத்தாலே... எனக்கு எட்ட மாட்டேங்கு...''

தானியலுக்குச் சுரீலென்றது. 'ஏலே' என்று விளி கேட்கும் போதெல்லாம் மேலெழுகின்ற கோபப் பொருமலும் அவமானக் குறுகலும். அதுவும் மாடு போல வளர்ந்து நிற்கும் முழு மனிதனான தன்னைப் பார்த்து... அவனுக்கு எரிச்சல் வந்தது. கையாலாத கோபத்தை மென்று விழுங்கினான்.

பெரியதாக்கிழவி போல 'எலே' என்கிறாள். முப்பது இருக்குமா? ஆனால் முப்பதுக்கு மதிக்க முடியாது. பிள்ளை குட்டி எதுவும் இல்லை என்பதாலோ, பனை குதிரை போல்தான் இருக்கிறாள்.

''கடவத்தை இறக்கு... நான் ஒரு கை குடுக்கட்டா...?''

கைகளை உயர்த்தி, கோபிகா ஸ்த்ரீ போல நின்றாள் பொன்னம்மை. எதிர்பாராமல், பக்தனுக்குக் காட்சி தந்த பகவானைப்போல, திடீரெனக் கிடைத்த 'தரிசனம்', தானியேலின் மனதில் ஒரு புதிய தடதடப்பு.

புல் கடவத்தை இறக்கி வைத்து விட்டு, முரங்கை மரத்தை அண்ணாந்து பார்த்தான். பறிக்கின்ற பக்குவத்தில் வார்வாராக நீண்டு கிடந்த காய்கள்.

''ரெண்டு நாளாக மாடு மேய்ச்சிப் பயகிட்டே சொல்லீட்டு இருக்கேன்... அறுதப்பய வுள்ளை மூண்டு கேட்க மாட்டேங்குது... அதான் தீயலுக்கு அரைச்சு வச்சுக்கிட்டு நாலைஞ்சு காய் பறிச்சு கிட்டுப் போலாம்னு வந்தேன்.. அந்த எழவும் நமக்கு எட்டவா செய்யி... நல்ல காலந்தான்... நீயாவது வந்தியே!''

தானியேலின் உடற்பரப்பை மேய்ந்த கண்களைப் பிடுங்காமல் பொன்னம்மை பேசிக் கொண்டிருந்தாள். அவனுக்குக் கூச்சமாக இருந்தது. அவள் கையிலிருந்த கழையை வாங்கினான். முருங்கை மரத்தின் மீதேறி வாகான கவடி மீது நின்றான். சில நிமிடங்களில் பருவமான காய்கள் 'சொத் சொத்'தென்று தோப்பினுள் விழுந்தன. போதுமா என்று கேட்பதற்காகச் சீழே குனிந்தான். விழுகின்ற காய்களைப் பொறுக்காமல் தலை தூக்கி அண்ணாந்து இவனைப் பார்த்துக்கொண்டு பொன்னம்மை-

தார் பாய்ச்சிக் கொண்டு வந்திருக்கலாமோ என்று தானியேலுக்குத் தோன்றியது.

கழையை வீசித் தோப்பினுள் எறிந்துவிட்டுப் பதனமாக மரத்திலிருந்து இறங்கினான். அவனைப் பார்த்து ஒரு மாதிரியாக அவள் சிரித்தாள்.

''காயைப் பொறுக்கீரப் பிடாதா...?''

சொற்களை மென்று விழுங்கி அவன் கேட்டான். சிதறிக் கிடந்த முருங்கைக் காய்களை ஒவ்வொன்றாக அவள் பொறுக்க ஆரம்பித்தாள். ஒவ்வொரு முறை குனிந்து நிமிரும்போதும் இடம் பெயர்ந்த முந்தானை. அதை முழுவதுமாகக் கையில் எடுத்து மீண்டும் நேராகப் போடப் போட, அதற்கு என்னவோ அத்தனை பிடிவாதம்.

காய்களைப் பொறுக்கி விட்டு அவனருகில் வந்தாள். அவனை அழமாகப் பார்த்தாள்!

"நீ இப்போ எங்கலே சோலி பார்க்கே... நம்ம வீட்டுக்குப் பதிஞ்ச சோலிக்கு ஒரு ஆளுவேணும்... மாசம் ஒரு கோட்டை நெல்லும் மத்தியானம் கஞ்சியும்... என்னா வாறயா? வாறயின்னா சாயங்காலமா நயினாரை வந்து பாரு..."

சொல்லிவிட்டுத் தானியேலைப் பார்த்துச் சிரித்தாள் பொன்னம்மை.

அவனுக்குக் 'குப்'பென்று உடலெங்கும் பரவிய அனல். படபடவெனத் துடித்த கீழுதட்டைப் பற்களால் கடித்தான். கண்கள் சிவப்பேறிக் கனன்றன. சில சூடான மூச்சுத் தொடர்கள்.

முருங்கைக் காய்களைச் சேர்த்துக் கட்டி, நாலைந்து காய்களை அவன் கடவத்தின் மேல் வைத்துவிட்டுப் பக்கத்தில் நின்ற தென்னை மரத்தில் சாய்ந்து நின்றாள் அவள்.

எச்சிலைக் கூட்டி விழுங்கிச் சுற்றுமுற்றும் பார்த்தான் தானியேல்.

ஆளரவமே இல்லை!

தீபம், ஏப்ரல், 1982

11 சிறு வீடு

பெட்டியினுள் ஏறி இருக்கையில் அமர்ந்தான். ரயில் புறப்பட இன்னும் பத்து நிமிடங்கள் இருந்தன. ஒரு சின்னப் படையெடுப்பு நடத்துவது போல அந்தக் குடும்பம் ஏறியது.

வெள்ளைச் சீலையுடுத்த, ரவிக்கை போடாத கிராமத்து வடிவம் ஒன்று. ஐம்பது வயதிருக்கும். அவள் பின்னால் இன்னொரு முப்பத்தெட்டு வயதுப் பெண். வாட்டமில்லாத உடம்பு. அவள் கணவனே போன்று ஒரு ஆள்.

"நாப்பத்தெட்டு, நாப்பத்தொம்பது, அம்பது, அம்பத்தொண்ணு, அம்பத்திரெண்டு, இன்னா இருக்கு… சார், நாப்பத்தேளா? சரி, இரிங்கோ…"

அவர் பின்னால் கைப்பிள்ளையோடு ஒரு சின்னப் பெண். பதினெட்டு வயசுக்குள் பிரசவம் ஆகிவிட்டிருந்தது. அவள் பின்னால் ஒரு முப்பது வயது வாலிபன். நிறையச் சாமான்கள். பெட்டி படுக்கைகள், இரண்டு சாப்பாட்டு தூக்கு வாளிகள். காப்பிச்செம்பு. இரண்டு குட்டிச்சாக்குகள். மூன்று அட்டைப் பெட்டிகள். பனையோலைக் கடவம் ஒன்று. நார்ப் பெட்டிகள் இரண்டு. நார்ப் பெட்டிகள் இருக்கையின் அடியில் புக மறுத்ததைத் தள்ளு தள்ளென்று தள்ளியும் முடியாமல் பெர்த்தின் மேல் வைத்தார்கள். பனையோலைக் கடவம் புகுந்து விட்டது. குட்டிச் சாக்குகளைத் தூக்கி மேலே போட்டார்கள்.

"ஐயா, அது என் பெர்த்!"

"கொஞ்சம் பொறுத்துக்கிடுங்க… எல்லாம் சரியாக்கிரலாம்".

பேய்க்கொட்டு

எப்படிச் சரியாக்குவார்கள் என்று தெரியவில்லை. எல்லாம் அடைசலாகி விட்டது. எல்லாச் சாமான்களும் வந்து விட்டதா என்று எண்ணிப் பார்த்தனர். கைப்பிள்ளை அடக்கம், காப்பிச் செம்பும் சேர்த்து பத்தொன்பது எண்ணம். பெண்கள் மூவரும் எதிர் இருக்கைகளிலும் ஆண்கள் இருவரும் அவன் பக்கத்திலும் அமர்ந்தனர். தொட்டில் கட்டுவதற்கான ஆலோசனைகள் நடந்தன. மூத்த ஆண் ராமசாமி, ''மொதல்ல சாப்பிட்டிரலாம்,'' என்றார்.

சற்று மிதமாக மட்ட ரகப் பிராந்தி வாடை வந்தது. புதுக் கருப்பட்டியின் நிறைந்த மணம். விதவைத் தாயார் ஒரு வாளியைத் திறந்ததும் புளிச் சாறும், நல்லெண்ணெயும் கலந்த துடிப்பான வாசம்.

''சார், சாப்பிட வாரேளா?''

''இல்ல.... சப்பிடுங்கோ... நான் சாப்பிட்டாச்சு...''

வண்டி நகர ஆரம்பித்ததால், புதிய காற்று பழைய காற்றைத் தள்ளிக் கொண்டு போயிற்று. வாளியை மூடியதும் புளித் தண்ணி வாடையின் தீவிரம் குறைந்தது.

யார் எங்கு படுப்பது என்று தர்க்கமானது. பிள்ளைத்தாச்சி கீழ் பெர்த்தில்தான் படுக்க முடியும். தாயாருக்கும் மேலே ஏறிப் படுத்த சர்வீஸ் கிடையாது. முத்தம்மை நடு பெர்த் போதுமானது என்றாள் கணவன் ராமசாமியிடம். மேல் பெர்த்துகளில் ஒன்று தன்னுடையது; ஆனால் இரண்டிலும் சாமான்களை அடைத் தாயிற்று; கேஸ் கடைசியில் தன்னிடம் அப்பீலுக்கு வரும் என்று அவனுக்குப் புரிந்தது.

உச்சி பெர்த்தில் ஒருவசதியுண்டு. பகலிலும் நிம்மதியாகப் படுக்கலாம். சற்றுப் பிந்தியும் தூங்கலாம். ஆனால் சாமான்கள் போக மீதி இடத்தில் சுருண்டு கொள்ளத் தன்னால் ஆகாது. வேறு எங்கே சாமான்கள் ஒதுங்கல் செய்வார்கள்? ஒரே பெர்த்துக்கு அவற்றை மாற்றினால் ஒராள் உட்காரவும் முடியாது. எப்படியும் ஒரு நடு பெர்த் தனக்கு வாய்க்கும் என்று மனக் கணக்குப் போட்டுப் பார்த்து வரட்டும் பார்க்கலாம் என்று நினைத்தான்.

✧ ✧ ✧

விற்பனைப் பிரதிநியாக, தனியாகப் பயணம் செய்கையில் பல முறையும் பெர்த் மாற்றல், போகி மாற்றல் கோரிக்கைகள் வரும். சர்வ நிச்சயமாக அவனிடம் கேட்பார்கள். மறுத்துச் சொல்ல முடியாத ஒரு முக அமைப்பு தனக்கு இருக்கிறதா என்ற சந்தேகம் அவனுக்கு ஏற்படுவதுண்டு.

ஒரு பெப்ரவரி மாதக் குளிரில் பஸ்ச்சிம் எக்ஸ்பிரசில் பம்பாயில் இருந்து டெல்லிபோனபோது உல்லாசமானதோர் பஞ்சாபிக் குடும்பம், ஒரு சிந்தி, ஒரு மார்வாடி. குளிர் தாங்கக் கையோடு கொண்டு போன மெக்டௌவெல்ஸ் பிரிமியம் முதல் சுற்றிலேயே முடிந்து விட்டது. கூச்சம் ஏதும் இன்றி பெகன்ஜி கையில் கிளாசோடு இடது கையால் காலிஃப்வர் பஜ்ஜிகளை பிளேட்டோடு நீட்டினாள். அவன் கொண்டுபோன ஆறு இட்லியும், தேங்காய்ச் சட்னியும் ஆளுக்கொன்றாய் கேக் போல எடுத்துக் கடிக்க... காலி. மூன்றாவது சுற்றில் மார்வாடிக்காரர் கார ரொட்டிகளைக் கிட்டத்தட்ட அவனுக்கு ஊட்டிவிட்டார்.

அப்போது போகி மாற்றக் கோரிக்கை ஒன்று வந்தது. கதவுகள் கொண்ட தொடர் வண்டியானதால் மாறச் சிரமம் இருக்கவில்லை. பொருட்களை இடம் மாற்றி வைத்துவிட்டு பாத்ரூம் போனவன் நெடுநேரம் கண்ணாடி பார்த்துச் சிரித்தான். பிறகு தன்னையே இந்தியில் கன்னாபின்னா என்று திட்ட ஆரம்பித்தான். பெர்த்தில் போய்ப்படுத்தது கூட நினைவில் வரவில்லை.

தாதர் சென்னை எக்ஸ்பிரசில் ஒரு அவசர வேலையாக வந்தபோது, பேச்சுத் துணைக்குத் தோதான ஆள். முதலில் அவர் வண்டியில் ஏறிய போதே வித்தியாசம் தெரிந்தது. அங்க அசைவுகளில் ஒரு நளினம். அலி ஆணுடையில் வந்தது போல. புருவம் செதுக்கப்பட்டிருந்தது. மீசை இல்லாத முகத்தில் நல்ல சாந்தம், நிதானம்.

கூத்துக் கட்டுகிறவரல்ல; கதகளிக்காரரும் அல்ல; பரதம் பயின்றவர் என்பது தெரிந்தது. பூனா வரும் போது பேச்சு நல்ல சுவாரஸ்யத்தில் இருந்தது. பந்தநல்லூர் பாணியை விளக்கிக் கொண்டிருந்தார்.

பூனாவில் இருபது நிமிடங்கள் வண்டி நின்றபோது, நவீன பயணச் சாதனங்களுடன், ஜீன்ஸ், பேகி ஷர்ட், நார்த் ஸ்டார் சகிதம் வெள்ளைத் தோலும், வெளிநாட்டு மணமுமாக ஒரு வாலிபன். பிரச்சினை, இந்த போகியில் மனைவிக்கு பெர்த். மூன்று போகி தாண்டி அவனுக்கு பெர்த். கைக்குழந்தை அழுவான். சார்... ப்ளீஸ்...

பெட்டி படுக்கைகளைச் சுமந்து கொண்டு புறப்பட்டபோது நாட்டியக்கலைஞர் முகத்தில் ஏமாற்றம் தெரிந்தது. என்றாலும் உலகத்துச் சிலுவைகளைத் தானே சுமக்கும் கம்பீரம் அவனுக்கு.

பெட்டியை அடைந்ததும் முதல் ஏமாற்றம். பலகை இருக்கைகள் கொண்ட, ஓட்டை உடைசல் சன்னல்கள் கொண்ட, உ.வே. சாமிநாதய்யர் பயணம் செய்திருக்கக் கூடிய கோச். பெர்த்மேலே ஒதுக்கப்பட்டிருந்தது. என்றாலும் கீழே முழுவதும் ஆர்.ஏ.சி. இருக்கையில் பத்துப் பேர். அடுத்திருந்த இரண்டு லெட்ரின்களின் நீக்கமில்லாத வாசம். அந்த மொத்தப் பயணமும் வானத்தில் சஞ்சரித்தவாறே நடந்தது. இனி யாருக்கும் பயணத்தில் அனுசரிப்பு செய்வதில்லை என்ற திருத்த மசோதா மனத்தில்.

✧ ✧ ✧

களக்காட்டுக்காரர்கள் இன்னும் ஐந்து பெர்த்களையும் பங்கீடு செய்து தீரவில்லை. கடைசியில் நடு பெர்த்தில் அவன் படுத்துக் கொள்வதாகத் தீர்மானம் ஆயிற்று.

ராமசாமி, குட்டிச் சாக்குகளை ஓரமாக அடுக்கி, அதன் மீது சைவப் பண்டாரங்கள் சமாதி கொள்ளும் நிலையில் சாய்ந்து உறங்க ஆரம்பித்தார். பரமசிவம் சாமான்களை அடுக்கி மீந்த இடத்தில் சுருட்டைச் சுருளாகச் சுருண்டு கொண்டான். தொட்டில் குழந்தை தூங்க ஆரம்பித்த நிம்மதியில் தாயும் துயின்றாள். ஆச்சிக்காரி முந்தானையைப் போர்த்திக் கொண்டு மரத் தடுப்பைப் பார்த்துக் கண்ணை மூடினாள். அவன் பாத்ரூம் போய்வந்தபோது முத்தம்மை வலது கையை மடித்துத் தலைக்கு வைத்துப் படுத்திருந்தாள்.

காற்றுத் தலையணையை ஊதி, சன்னலை இறக்கி, பெட்ஷீட்டை நான்காக மடித்து விரித்து, தலையணைமேல்

துவர்த்தை விரித்து ஏறிப்படுத்தான். முத்தம்மை பார்ப்பதும் பார்வையைப் பெயர்ப்பதுமாக இருந்தாள். நல்ல முறுக்கம் கொண்ட உடம்பு. மனதில் சிறு கள்ளத்தனம் கனல ஆரம்பித்தது.

எழுபத்திரண்டு பெர்த் கொண்ட பெட்டியில் நான்கு டாய்லெட்டுகள். அதில் வெஸ்டர்ன் மாடலைக் கழித்துவிட்டால், காலை ஆறரை மணி முதல் எட்டு மணி வரை நெரிபிரியாக இருக்கும். தாராவி பொங்கல் வீட்டுக் கழிப்பறைகள் போலச் சில சமயம் வரிசைகள் இருக்கும். ஏழு மணிக்கு மேல் தண்ணீர் தீர்ந்து போகும் அபாயம் உண்டு. எனவே ரயில் பயணங்களில் ஐந்து மணிக்கே எழுந்து, காலைக் கடன்களை முடித்துக்கொள்வது; வேண்டுமானால் மறுபடியும் படுத்து எட்டு மணி வரை தூங்கலாம். அல்லது வெறுமனே படுத்துக் கிடக்கலாம்.

வண்டி விழித்துக்கொள்ளும் முன்பே வெளியுலகம் விழித்துக் கொள்வதை வேடிக்கை பார்க்கும் தோதான இருக்கை இல்லை. அடுத்த நிறுத்தத்தில் ஒரு சாய் பருகலாம். எல்லா ஸ்டேஷன்களிலும் சாய் ஒரே மாதிரியாகவே இருந்தது.

எல்லோரும் எழுந்தாகி விட்டது. நடுப்பலகையைத் தூக்கிக் கீழே சாய்த்தாகி விட்டது. எல்லா முகங்களிலும் அவசரமின்மை. நேற்றைய புறப்பாட்டின் அலுப்புகள் அகன்று, நாளை அதிகாலை வரை செய்ய வேறொன்றும் இல்லாத விச்ராந்தி. இட்டிலிப் பாத்திரங்கள் காலியாகிக் கொண்டிருந்தன. ஒரு பொட்டலக் கனம் மேலும் அகன்றது.

கைப்பிள்ளைக்கு நிறையப் பாலிருந்தது. பால் தேடி அலையும் பரபரப்பு இல்லை. குடித்தபால் கடை வாயில் வழிந்தபோது, மார்பை மூடிய பிள்ளைத் தாய்ச்சியிடம் இதில் நாண என்ன உண்டு என்ற இயல்பு தெறித்தது.

பரமசிவமும் அவன் சித்தி முறையுள்ள முத்தம்மையும் அவள் மாப்பிள்ளை ராமசாமியும் ஊர்க்கொடைக்கு வந்து திரும்பிக் கொண்டிருந்தனர். திரும்புபவர் துணையுடன் பிள்ளைத் தாய்ச்சி

அவள் அம்மாவுடன் கணவன் வீடு போகிறாள். பரமசிவம் குடும்பம் இன்னும் ஊரில்தான் போலும். ஒரே சாதிக்காரர்கள்; எட்டிய உறவுமாகலாம்.

பரமசிவம் தீவிரமான எம்.ஜி.ஆர். பக்தன்; பம்பாய் வந்த புதிதில் முதல் ஷோ டிக்கெட்டில் அரோராவில் ‘உலகம் சுற்றும் வாலிபன்’ பார்த்ததாகச் சொன்னான்.

‘‘நீங்க நம்பமாட்டேன்னு தெரியும் சார்.. அதுக்குத்தான் நான் புரூஃப் வச்சிருக்கேன்.’’

பேன்ட் பாக்கெட்டில் கைவிட்டு பர்ஸ் எடுத்து அதனுள் சாமி படம் போலப் பத்திரப்படுத்தி இருந்த டிக்கெட்டை எடுத்துக் காட்டினான். ஆண்டு, மாதம், தேதி, அரோரா தியேட்டர் எல்லாம் துல்லியமாக இருந்தன. அது முதல் காட்சிக்கானதும், ‘உலகம் சுற்றும் வாலிபனு’க் கானதுமான டிக்கெட்டா என்று கேட்டுப் பரமசிவத்தைச் சீண்ட ஆர்வம் எழுந்தது.

அதற்குள் ராமசாமி முந்திக் கொண்டார்.

‘‘எவ்வளவு வெவரமுள்ள காரியம் பாத்தேளா?’’

பரமசிவத்துக்குக் கோபம் வந்து விட்டது.

‘‘நீ சும்மா இரிப்பா. உனக்கு என்ன எளவாம் தெரியுமா? சார் படிச்சவரு... அறிவாளி... அவரே ஒண்ணும் சொல்லல்லே...’’

முத்தம்மைக்குக் குறுஞ்சிரிப்பு எழுந்தது. அதைக் கவனித்த போது முந்தானையை மற்றொரு முறை இழுத்து விட்டுக் கொண்டாள்.

‘‘அவுரு மனசுக்குள்ள ‘பைத்தியாரப் பய’ன்னு நெனச்சு சிரிக்காரு,’’ என்றார் ராமசாமி.

‘‘அதெல்லாம் ஒண்ணுமில்லே...’’ என்றான் தற்காப்பில்.

இருவருக்கும் ஒரு நாற்பது நிமிடங்கள் சர்ச்சை மிக ஆரோக்கியத்துடனும், அர்த்தபூர்வமாகவும் அரசியல் பற்றி நடந்தது. இடையில் பெரிய ஸ்டேஷன் ஒன்று வந்ததால் பரமசிவம் சிகரெட் பிடிக்க இறங்கிப் போனான்.

''நீங்க அவன்கூட என்னத்துக்கு வம்புக்குப் போறையோ? அவன் சுபாவந்தான் தெரிஞ்சிருக்கே!'' என்றாள் முத்தம்மை.

''நீ சும்ம கெடட்டி.... இல்லாட்டாலும் எப்பவும் நீ அவனுக்குத்தான் சப்போட்டு...''

''சப்போட்டு என்ன சப்போட்டு... நீங்க என்னமாம் ஒளறி சண்டையை உண்டாக்குவையோ...?''

''இப்பம் உங்களுக்குள்ள சண்டை என்னத்துக்கு?'' என்று பிள்ளைத் தாய்ச்சியின் தாயார் குறுக்கே புகுந்தபோது பரமசிவம் வந்தான்.

''சித்தப்பா! இங்க வா...''

பரமசிவமும், ராமசாமியும் குசுகுசுவென்று ஏதோ சற்று நேரம் பேசலாயினர்.

பரமசிவம் மறுபடியும் வெளியே போனான். ராமசாமி திரும்பி வந்து உட்காருவதற்குள் பரமசிவம் வந்து பாக்கெட்டில் இருந்து அரை பாட்டில் பிராந்தியை எடுத்தான்.

''சார்... நல்ல கம்பெனி சரக்குத்தானா?'' - பரமசிவம். அவன் அங்கீகாரத்தை எதிர்பார்க்காமலேயே... ''வாங்க... கொஞ்சம் போலப் போட்டுக்கிட்டு சாப்பிடலாம்...''

''வேண்டாம்பா... எனக்குப் பழக்கமில்லை...''

முத்தம்மை அவனையே கவனித்துக் கொண்டிருந்தாள்.

ராமசாமியும், பரமசிவமும் மேல் பெர்த்தில் ஏறி அமர்ந்து கொண்டனர். ஸ்டேஷனில் வாங்கிய காரப்பலகாரம் ஒரு பொட்டலம் கீழேயும் வந்தது. தீவிரமான சாராய வாடை; முகம் சுளிக்க, வியர்வை துளிர்க்க, இரண்டு பேரும் கீழே இறங்கி வந்தனர்.

மறுபடியும் புளிச் சோற்றின் வீச்சம் தாங்க முடியாது என்று வாசல் பக்கம் அரை மணி நேரம் நின்றுவிட்டு வந்தான். நல்ல வேளையாகப் பாத்திரங்கள் காலியாகிவிட்டன.

நல்ல வெயில் முறுகிக் கொண்டிருந்தது. சற்றுப் படுத்து ஆந்திரப் பிரதேசம் தீரும்வரை தூங்கலாம். மற்றவர்கள் பெயருவதாக இல்லை. கைப்பிள்ளை உறங்கிக் கொண்டிருந்தது.

உட்கார்ந்து கண்ணயர்ந்த போது, அவர்கள் ஐவரும் குடும்பக் கதை ஏதோ பேசிக் கொண்டிருந்தனர். பேச்சு வாக்கில் குரலுயர்ந்த போது விழிப்பு வந்தது. ராமசாமி கேட்டுக் கொண்டிருந்தது கேட்டது.

''நீ எப்பிடிலே எந்தங்கச்சிகிட்டே போயி ஒந்தம்பிக்குப் பொண்ணு கேப்பே?''

''கேட்டேன். அதுக்கென்ன இப்போ?'' - பரமசிவம்.

''எப்பிடிடா கேப்பே? எங்கிட்டே கேட்டியாடா நீ? தாய்மாமனைக் கேக்காம, பொட்டச்சிகிட்டே என்னடா கேள்வி?''

''அவகிட்டே கேட்ட பொறவு ஒங்கிட்டே சொல்லலாம்னு இருந்தம்பா...''

''ஏன்? மொதல்லே எங்கிட்டே கேட்டா மாட்டேம்னு சொல்லிருவம்னா? என்ன யோக்யதைடா இருக்கு எம் மருமவளைப் பொண்ணு கேக்கதுக்கு?''

''... ... ...''

''சொத்து சொகம் மட்டும் இருந்தா போருமாடா? கொலகாரன் குடும்பத்திலே பொண்ணு குடுப்பமாடா?''

''சித்தப்பா...''

''நீங்க பேசாம இருக்க மாட்டேளா? விருப்பமில்லேன்னா விட வேண்டியதுதானே'' - முத்தம்மை

''நீ வாயை மூடுட்டீ... உனக்கு என்ன எளவாம் தெரியுமா? என்னைக் கேக்காம எந்தங்கச்சி சம்மதிப்பாளாலே... கொலைகாரப் பாவிகள்ளாடா நீங்க. பொண்ணு கேக்கப் போனானாம் பொண்ணு கேக்க...''

‘‘இன்னா பாரு சித்தப்பா... இஸ்டமில்லேன்னா விடு... ஏலே ஒலேன்னு பேச வேண்டிய தேவையில்லே.... பொறவு மரியாதை கெட்டுப்போயிரும்...’’

‘‘என்னலே செய்வே நீ?... ப்புடுங்கீருவியா?’’

‘‘நீ என்ன புடுங்கீருவே மலட்டுத்... உன்னைக் கூட்டீட்டுப் போயிப் பொளப்புக்கு ஏற்பாடு செய்தது நாமில்லாலே... பெரிசா பேச வந்திட்டான். அப்பம் கொலைகாரன் குடும்பம்தாலா உனக்கு உதவி செய்தது?’’

‘‘நீங்க கொஞ்சம் சும்மா வருவேளா? எங்க வச்சு என்ன பேசணும்னு தெரியாது... என்ன எளவாம் ஔறிக்கிட்டு வாங்கிப் புடிக்கது’’ - முத்தம்மை.

‘‘நீ என்னட்டீ எனக்கு சட்டம் கெட்டுகது? என் குடும்பத்திலே பொண்ணு கட்ட ஒரு யோக்யதை வேணும்ட்டீ...’’

‘‘ஆமா... பெரிய யோக்யதை, பாத்திரப்பிடாது’’.

‘‘நீ என்னட்டீ அவனுக்கு சப்போட்டு... அவன் ஒனக்கு சின்ன ஆமக்கனா?’’

‘‘வாயை மூடீட்டுக் கெடயும்... குடிச்சா வயத்திலே கெடக்கணும் கண்ணு மண்ணு தெரியாமப் பேசப்பிடாது - இனிமேதான் எனக்கு மாப்பிள்ளை பாக்கணும். அதான் உம்ம குடும்ப யோக்கியதை...’’

‘‘மூளி! எனக்குத் தெரியாதுன்னு நெனைச்சிக்கிட்டு இரிக்கியா? ஒனக்கக் கொணட்டலும் குன்னாளியும்...’’

‘‘அடப்பாவி சண்டாளா... உன் நாக்கு புளுத்துப் போகும்... ராவெளுக்க ஒன் தீனத்துக்குப் பண்டுவம் பாக்கம்லா... நீ சொல்லாம என்ன செய்வே?’’

எழுந்து பாய்ந்த ராமசாமி முத்தம்மையின் கொண்டையைப் பிடித்துக் குனியவைத்து இடதுகை முட்டியால் முதுகில் ஒரு இருத்து இருத்தினான். முத்தம்மை ஒரு நீளமான ஒப்பாரியுடன் குரலெடுத்தாள்.

தாயார் விலக்க முற்பட, பரமசிவம் பாய்ந்து ராமசாமியின் சட்டையைப் பற்றி உலுக்கினான்.

"எப்பிடிலே என் சித்தியை நீ அடிப்பே கள்ளத்... மவனே?"

யாரும் எதிர்பாராத விதமாய் ராமசாமி இருக்கையில் அமர்ந்து முகத்தைக் கையால் மூடிக்கொண்டு குனிந்து தெவங்கித் தெவங்கி அழ ஆரம்பித்தான்.

பேசாமல் பார்த்துக் கொண்டிருப்பது ஆபாசமாக இருந்தது. ராமசாமியின் முதுகில் கைவைத்து, அவன் சொன்னான்.

"என்னய்யா இது? சின்னப் பிள்ளை போல... வெக்கமா இல்ல... விடுங்க அந்தால... கொஞ்சம் மேலேபோய் படுத்து எந்திரிச்சு வாரும்.... தெளிஞ்சா சரியாப் போகும்..."

ராமசாமியின் விசும்பல் தொடர்ந்து கேட்டுக் கொண்டிருந்தது. பரமசிவம் உள்ளிருப்பவர் பார்வையைத் தவிர்க்க வெளியே பார்த்தான். முத்தம்மை ஒரு ஒத்து தீர்ப்புக்குத் தயாரான முகத்தைப் பொருத்திக் கொண்டாள்.

விசும்பல் ஓயட்டும் என்று அவசரமில்லாததொரு மௌனம். மணி மூன்றரை நெருங்கிக் கொண்டிருந்தது. பகல் பூரா அனப்பு ஏறிய பெட்டி வெப்பம் உமிழ்ந்து வந்தது.

குல்பர்கா ஸ்டேஷனில் பருப்பு வடை நன்றாக இருக்கும். இறங்கிப் போய் ஒரு சாய் குடித்து வரலாம் என்று எழுந்தபோது பரமசிவம் கூடவே வந்தான்.

"அண்ணாச்சி, சொல்லுங்கோ... நீங்க பொது ஆளு... எம் பேர்லே எந்தத் தப்பும் உண்டுமா? அந்த ஆளு என்ன பேச்சுப் பேசுகான்? இதெல்லாம் நல்லாவா இருக்கு? நானாக்கும் ஊர்லே வெறுமனே பல்லுக் குத்திக்கிட்டு இருக்கானேன்னு சொல்லி பம்பாய்க்குக் கூட்டிக்கிட்டு வந்து, பேப்பர் போடச் சொல்லி, பொறவு என் கிராக்கியிலே கொஞ்சம் பிரிச்சுக் குடுத்து, தாராவியிலே வீடு பாத்து, சித்தியையும் கூட்டியாரச் சொல்லி..... இவுனுக்கு

தங்கச்சிகிட்டே போயி எந்தம்பிக்குப் பொண்ணு கேட்டது தப்பா? எங்க அப்பா செஞ்சாரு... நான் இல்லேங்கல்லே... நாங்க இப்பம் எவ்வளவு அந்தசா இருக்கோம்? செறுக்கி மவன் இன்னும் எனக்கு ரெண்டாயிரம் தரணும் பாத்துக்கிடுங்கோ... அந்த சித்திக்கு மொகத்துக்காகப் பாத்தேன்... இல்லோன்ன செறுக்கி விள்ளைக்கு சாணியைக் களத்தீருப்பேன் பாத்துக்கிடுங்கோ.''

திரும்பியபோது வண்டியினுள் எல்லோரும் சாய்பருகிக் கொண்டிருந்தனர். ராமசாமி சன்னல் வழியே வெளியே பார்த்துக் கொண்டிருந்தார். முத்தம்மை ஒரு கையில் தனக்கான டீயை வைத்துக்கொண்டு வலது கையில் இன்னொரு டீயை ராமசாமியிடம் நீட்டிக் கொண்டிருந்தாள்.

''வேண்டாம்னு சொன்னம்லா... எனக்கு வேண்டாம்... நான் குடிக்க மாட்டேன்.''

''சும்மா வாங்கிக் குடிங்க ஐயா.''

''சார், சும்மாரிங்கோ... உங்களுக்குத் தெரியாது...''

வண்டி நகர ஆரம்பித்தது.

ஸ்டேஷன் தாண்டியதும் ராமசாமி லுங்கியை மாற்றி பேன்ட் அணிந்தார். சட்டையைப் போட்டுக் கொண்டார். சோர்பாக்கெட்டில் இருந்த டிக்கெட்டுகளில் தனதை மட்டும் தேடி எடுத்து மற்ற டிக்கெட்டுகளை முத்தம்மையின் மடிமீது எறிந்தார். முத்தம்மை பதைத்துப் பார்த்தாள்.

''நான் சோலாப்பூர்லே எறங்கப் போறேன்...''

''சும்மா இருக்க மாட்டேளா நீங்க.''

''நான் உங்ககூட வரல்லே... எங்கயாம் போய்த் தொலையப் போறேன்...''

''பேசாம இரிங்கோ... ரொம்பத்தான்...''

ராமசாமி ஒரு முடிவுக்கு வந்துவிட்ட மாதிரி தெரிந்தது.

விளக்கு வைக்கும் நேரத்தில் சோலாப்பூர் வந்தது. காலி பாட்டில், கேன்களில் தண்ணீர் பிடிக்கப் போகிறவர்கள்; இரவுச் சாப்பாட்டுக்கு வழி தேடுகிறவர்; சூடு பஜ்ஜியா, சாய் தேடி நடப்பவர்; பழங்கள் வாங்க முனைபவர்; பக்கத்துப் பெட்டிகளில் இருக்கும் தெரிந்தவர்களிடம் விசாரிக்கப் போகிறவர்...

ஆரவாரமான ஸ்டேஷன் அது.

வண்டி நின்றதும் நிதானமாக எழுந்து ராமசாமி வெளியே போனார்.

ராமசாமி இறங்கிப் போய்விடுவார் என்ற நிச்சயம் எல்லோர் மனதிலும் உறைத்தது.

''இன்னாருங்கோ... இங்க வாருங்கோ... போகாதீங்கோ...'' என்ற முத்தம்மையின் குரலை அவர் சட்டை செய்யவில்லை.

சாரியால் வாயை மூடிக்கொண்டு முத்தம்மை அழ ஆரம்பித்தாள்.

''நீ பேசாம இரு சித்தி... தானா வருவான் சவத்துப்பய!'' பரமசிவம் தேறுதல் சொன்னான்.

வண்டி அங்கு இருபது நிமிடங்கள் நிற்கும். பத்து நிமிடங்கள் ஆகியும் ராமசாமி திரும்பவில்லை. அவன் பரமசிவத்திடம் சொன்னான். ''வாங்க, போயிப் பாத்துக்கிட்டு வரலாம்...''

''நான் கூப்பிட்டா வீஞ்சிக்கிட்டு நிப்பான்... நீங்க கவலைப் படாம இருங்கோ அண்ணாச்சி... எல்லாம் வருவான்...''

''நீங்க வாங்க, பாத்துக்கிட்டு வரலாம்...''

சோலாப்பூர் பெட்ஷீட்டுகள் விற்கும் கடையருகே பீடி குடித்துக் கொண்டு நின்றிருந்தார் ராமசாமி.

''வாங்க, சாயா குடிக்கலாம்''.

''எனக்கு வேண்டாம்...''

''சும்மா வாருங்கோ...''

பரமசிவம் கூடவே வந்தான்.

சாயா குடித்துக் கொண்டிருக்கும்போது நிதானமாக ஒரு சிற்றுரை நிகழ்த்தினான் அவன்.

வண்டி புறப்பட முதல் மணி அடித்தது.

பச்சை விளக்கை கார்டு அசைப்பது தெரிந்தது. ராமசாமி வரத் தயாராக இல்லை.

வண்டி நகர ஆரம்பித்ததும் ஓடிச்சென்று தாவி ஏறிக் கொண்டனர்.

ராமசாமி இன்னும் பிளாட்பாரத்தில் நின்று கொண்டிருப்பது தெரிந்தது.

உள்ளே வந்து உட்கார்ந்தான்.

முத்தம்மை இன்னும் விசும்பிக் கொண்டிருந்தாள்.

"அழாம இரி சித்தி... பொறத்தால ஜெயந்தி ஜனதா வரும்... அதுலே ஏறி வருவான்," என்றான் பரமசிவம்.

சாமான்கள் இறக்கி வீடு கொண்டு வந்து சேர்க்க ஒரு கை குறைந்ததே என்ற கவலை மட்டும் தெரிந்தது பரமசிவம் முகத்தில்.

புதிய பார்வை, மார்ச் 1993

12 உழவாரப் படையாளி

'தமிழ்க் கங்கை' பதிப்பக உரிமையாளர் திரு.மங்.சோணா. செங்கல்ராயரின் மணி விழாவை முன்னிட்டு, அவரது நாற்பதாண்டு கால அயராத தமிழ்த் தொண்டையும் இலக்கிய சேவையையும் பாராட்டி, அனைந்திந்தியத் தமிழ்ப் பதிப்பாளர் ஒன்றியம் அவருக்குப் 'புத்தகக் கர்ணன்' பட்டம் வழங்கி, பொன்னாடை போர்த்தி, தாமிரப் பட்டயமும் வழங்கியதை முன்னிட்டு, வாரம் பதின்மூன்று லட்சம் பிரதிகள் தமிழர்களால் தின்னப்படும் நம் வார இதழுக்காக அவரைப் பேட்டி காணப் புறப்பட்டோம்.

போயஸ் தோட்டத்தில் சிறு குஞ்சைக் கேட்டால் கூடச் செங்கல்ராயரின் வீட்டை அடையாளம் சொல்வார்கள். பங்களாவை அடைந்து, 'நாய்கள் - கவனம்' பலகை இல்லாததில் திருப்தியுற்று, கேட்டைத் திறந்து உள்ளே சென்றபோது, மஞ்சணாத்தி மரக்கன்று ஒன்றுக்குக்களை பிடுங்கிக் கொண்டிருந்த பெரியவர்தலை நிமிர்ந்தார். முன்பின் அறிமுகம் இல்லாத எவரும் அவரைத் தோட்டக்காரன் என்று அனுமானிக்கவும் கூடும். அரையில் மடித்துக் கட்டிய வேட்டி, தலையில் ஒரு வட்டக் கட்டுத் துண்டு, கையில் மண் கொத்தி, தமிழ் மக்களுக்குப் புத்தகங்கள் வடிவில் அறிவு சொரியும் கர்ணன் ஒரு எளிய செடிக்கும் கருணை பாலிப்பவராக இருந்தார்.

மாலை சாய்ந்து கொண்டிருந்த நேரமாதலால், புல் வெளியில் கிடந்த பிரம்புச் செயர்களில் உட்கார்ந்து கொண்டோம்.

பேட்டி ஆரம்பமாகியது.

கேள்வி : நீங்கள் ஏன் நாய் வளர்ப்பதில்லை?

பதில் : காவலுக்குத்தானே நாய் வளர்ப்பது? என்னிடம் திருடிப் போக என்னய்யா இருக்கிறது? புத்தகங்கள்தானே! அறிவைத் திருட முடியுமா என்ன? (சிரிப்பு)

கேள்வி : உங்களுக்குத் தமிழ்த் தொண்டாற்ற வேண்டும் என்ற ஆசை எப்போது ஏற்பட்டது?

பதில் : என் தந்தையார் மங்.செங்.சோணாசல ராயர் தாம் காரணம். நன்றாகப் படிக்காமல் நான் ஒன்பதாம் வகுப்பில் மூன்றாம் முறையும் தோற்றதில், அவர் கனவுகள் சிதறிப் போயின. அன்று தமிழ் மீது கொண்ட தணியா ஆர்வம் காரணமாக, அவர் எனக்குத் தந்த பிரம்படிகள் நாவற்பழ நிறத்தில் கன்னியது.

கேள்வி: உடனே சென்னை வந்து விட்டீர்களா?

பதில்: ஆமாம், கள்ள ரயிலேறி. வந்து அம்பாள் கபேயில் சில நாட்கள் வட்டை, கப்பு கழுவினேன். பல்லாவரம் பக்கம் ஒரு கொட்டகையில் சோடா, கலர், முறுக்கு விற்றேன். பிறகு அங்காளப்பன் நாயக்கன் தெருவில் ஒரு பிரஸ்ஸில் எடுபிடியாகச் சேர்ந்தேன்.

கேள்வி : அதுதான் உங்கள் இலக்கியத் தாகத்துக்குக் களமாக அமைந்ததா?

பதில் : ஆமா! சாதாரணமா மார்னிங் ஷோ சினிமாப் போஸ்டர், பூப்புனித நீராட்டு அழைப்பு, பில் புத்தகம் அங்கே அடிப் பார்கள். அதனுடன் கவிஞர் பல்லாடன் ஆசிரியராக இருந்த 'பாச்சோலை'ன்னு ஒரு மாத இதழும் அச்சாகும்.

கேள்வி : அதிலேதான் முதல்லே எழுதினீர்களா?

பதில் : அதெப்படி? 'பாச்சோலை' மொத்தம் பதினாறு பக்கம் ஒரு ஃபாரம். அதிலே பாதி பல்லாடன் எழுதினார். மீதியிலே அவரே புனை பெயர்லே ஒரு தொடர் காப்பியம்

எழுதினார். இரண்டு கவிதைகள் எழுதி நீட்டினேன். அவர் ஒண்ணும் கண்டுக்கிடல்லே. (சிரிப்பு). பிறகு சில கதைகள் எழுதி கிழிச்சுப் போட்டேன்.

கேள்வி : அதோடு எழுத்தை விட்டு விட்டீர்களா?

பதில் : தொடங்கும் முன்பே எப்படி விட முடியும்? அப்பெல்லாம் ரயில்வே ஸ்டேஷன்லே, பஸ்ஸ்டாண்ட்லே அரையணா நாவல்கள் விற்பான். கூவிக் கூவி சினிமாப் பாட்டுப் பொஸ்தகத்தை விடக் கொஞ்சம் பெரிசா இருக்கும். அதைப் போல 'மாயாண்டி தோண்டிய மரணக் கிணறு' அப்படீன்னு ஒரு நாவல் எழுதினேன்.

கேள்வி : அதுதான் உங்களுக்கு எழுத்தாளர் என்கிற ஸ்தானம் தேடித் தந்ததா?

பதில் : ஆமாம். பிரஸ் முதலாளிக்கு நன்தான் ஐடியா கொடுத்தேன். பயந்துகிட்டேதான் சம்மதிச்சார். அன்னைக்கு மூந்திக் கருக்கல்லே பொறந்ததுதான் 'கதாமோகினி' பதிப்பகம். 'மல்லிகா புதைத்த மணாளன்', 'மரக்கோயில் மர்மங்கள்'ன்னு சில மர்ம நாவல்கள் எழுதினேன். பிறகு 'காஞ்சனாவின் காம லீலைகள்', 'நள்ளிரவும் நான்கு காதலர்களும்', 'கிழவி மேல் காதல் கொண்டவன்' எனச் சமூக சீர்திருத்த நாவல்கள் சிலது.

கேள்வி : எப்போது பதிப்பகம் ஆரம்பித்தீர்கள்?

பதில் : என்னுடைய தமிழார்வம் எழுதியதில் மட்டும் அடங்க வில்லை. வசதியில்லாத எழுத்தாளர்களுக்கு ஏணியாகவும் இருக்கணும்னு தோன்றியது. இந்த முதலாளி அதுக் கெல்லாம் தோதுப்பட மாட்டார். எனவே பிரிஞ்சு வந்து 'தமிழ்க் கங்கை' பதிப்பகம் ஆரம்பிச்சேன்.

கேள்வி : முதல்லே என்ன போட்டீங்க?

பதில் : நாற்பது ரூபாய் முதல் போட்டேன் (சிரிப்பு). மங்காத்தான்குடி அம்மன் ரொம்ப விசேடம். பன்னிரண்டு வருஷத்துக்கு

ஒரு முறைதான் திருவிழா வரும். அந்த வருஷம் வந்தது. ‘மங்காத்தான் குடியாள் மகிமை’ என்று ஒரு புஸ்தகம் எழுதி ரெண்டாயிரம் காப்பி போட்டேன். மூணே நாள்லே தீந்து போச்சு, அதில் வந்த பணத்தை வைத்துக் கொண்டு பாவேந்தர் பல்லாடனின், ‘உறக்கத்தில் உலவிய கவிதைகள்’ ஒண்ணு; பிறகு ‘கன்னி கழியாத கற்பு’, ‘ரயிலை விற்ற ராமாச்சாரி’ என்று ரெண்டு. பிஸினெஸ் நல்லாப் பிடிச்சுக்கிட்டது.

கேள்வி : அத்துடன் எழுதுவதை விட்டு விட்டீர்களா?

பதில் : நாம் மற்ற எழுத்தாளர்களை முன்னுக்குக் கொண்டு வரணும்னு தோன்றியது. நிறைய கையெழுத்துப் பிரதிகளைப் படித்து தீர்மானிக்க வேண்டியிருந்தது. திருமணம் வேறு ஆகிவிட்டது. எழுத நேரமே வாய்க்க வில்லை. அதனால என்னங்க? ‘தமிழ்க் கங்கை’ எத்தனை எழுத்தாளர்களை உருவாக்கிவிட்டிருக்கு!

கேள்வி : ராயல்டி எல்லாம் எத்தனை சதமானம் தருவீங்க?

பதில் : இந்த சதமானம் பிரிக்கிறதிலே பெரிய சிக்கலுங்க. ஒரு பொஸ்தகம் விக்க நாலு வருசம். ஆறு வருசம் கூட ஆகும். அதுக்காக எழுத்தாளர்கள் காத்துக்கிட்டு இருக்க முடியுமா? அவங்க கணக்கு கேட்டு லெட்டர் எழுதணும், நாம்ப பதில் எழுதணும். பெரிய தொந்தரவு. எனவே புஸ்தகத்துக்கு அம்பது நூறுன்னு இருக்க நிரக்கு போலே அவுட்ரைட்டா கொடுத்திட்டா அவுங்களுக்கும் சந்தோசம், நமக்கும் சள்ளையில்லை. அதிலே பாருங்க, ‘புத்திசாலி’ன்னு ஒரு மர்மக்கதை எழுத்தாளர். வாரா வாரம் ஒண்ணு கொண்டு வருவார். சில சமயம் மர்மக் கதை, சில சமயம் பாட்டாளி வர்க்கக்கதை, சில சமயம் சரித்திர நாவல், சில சமயம் தெரிந்து கொள்ளுங்கள் வரிசையில் காரல் மார்க்ஸ், கரிபால்டி, வேற வேற பேர்லே வெளியிடுவோம். வாரம் சுளையா ஐம்பது ரூபா கொடுப்பேன். யாரு செய்வா இந்தக் காலத்திலே?

கேள்வி : பக்தி இலக்கியம் எல்லாம் பின்னால்தான் வெளியிட்டீர்கள் இல்லையா?

பதில் : அப்போ அதெல்லாம் விற்கும்னு யாருக்கும் தெரியாதுங்க. ஸத்குரு மௌனகுருநாத ஸ்வாமிகள் காலடியிலே ஒரு ஒத்தை ரூபா வச்சு நமஸ்காரம் பண்ணிட்டு 'வேத விருந்து' தூக்கிட்டு வந்தேன். உங்களுக்குத்தான் தெரியுமே - ஆறு பாகமாய்ப்போட்டேன். இப்போ பத்தொன்பதாவது எடிஷன் ஓடிக்கிட்டிருக்கு.

கேள்வி : ஸ்வாமிகள் அப்புறம் பணம் பற்றி ஒண்ணுமே கேக்கலியா?

பதில் : அவாள்லாம் மகான்கள்.

நீள் சதுர வர்ணத் தட்டு ஒன்றில் உயரமான கண்ணாடித் தம்ளர்களில் ஆரஞ்சு ஜூஸ் வந்தது. புழுதி பறக்க வந்த காரில் இருந்து இறங்கிய பெண்ணொருத்தி சாவியைச் சுழற்றிக்கொண்டு பிடரிமயிர் பறக்க உள்ளே போனாள். ஜூஸைக் குடித்துவிட்டுப் பேட்டியைத் தொடர்ந்தோம்.

கேள்வி : உபயோகமான புத்தகங்கள் வெளியிட்டு அவை பள்ளிகள் கல்லூரிகளுக்குப் பாடமானதினாலும் நீங்க நிறையத் தொண்டு செய்திருக்கிறீர்கள் இல்லையா?

பதில் : தொண்டுதான். ஆனால் நீங்க நினைக்கிறமாதிரி புத்தகங்களைத் தரமறிந்து தானே பாடமாக்கி விடுவதில்லை. அதுக்கு நிறைய செப்படிவித்தை எல்லாம் செய்யணும்.

கேள்வி : சாதாரணமாக ஒரு எடிஷன்லே எவ்வளவு காப்பி போடுவீர்கள்?

பதில் : ஆயிரமும் போடுவாங்க, ஐந்நூறும் போடுவாங்க.. போகும்னு தெரிஞ்சா எழுதினவனுக்கு ஆயிரத்துக்கு கணக்கு காட்டிவிட்டு ஐயாயிரமும் போடுவாங்க. நாம்ப அவுட்ரைட்டா வாங்கறதினாலே எத்தனை போட்டாலும் கேள்வி கிடையாது.

கேள்வி : நீங்க போடும் புத்தகங்களில் விற்காகமல் தங்கிப் போவதுண்டா?

பதில் : சிலது அப்படியும் ஆகும். ஆனால் ஒரு வசதி. லைப்ரரிக்கு கவர்மென்ட் ஆர்டர் மொத்தமா அறுநூறு காப்பி போயிரும். அதிலேயே முதலும் லாபமும் வந்துவிடும். சில சமயம் தெரியாமல் ரெண்டாயிரம் போட்டு அறுநூறு காப்பிதான் போச்சுன்னு வைங்க, நாலஞ்சு வருசம் கழிச்சு அட்டையைப் பிரிச்சு வேற தலைப்பு பிரின்ட் போட்டு ஒட்டி புதுசா இன்னும் ஒரு அறுநூறு காப்பி போயிரும்... இதையெல்லாம் தயவு செய்து போட்ராதீங்க... நாம்பாட்டுக்கு என்னவாம் உளறிக் கிட்டிருக்கேன்... பொறவு பொல்லாப்பு...

கேள்வி : உங்கள் வெளியீடுகள் பலவற்றுக்கு அவார்டு கிடைத் திருக்கிறதல்லவா?

பதில் : அதெல்லாம் ஒண்ணும் பெரிசில்லீங்க. அகாடமி அவார்டுன்னா அஞ்சாயிரம். அது வாங்கறதுக்கு ரெண்டாயிரம் செலவாயிரும். மீதியைப் பாதிப்பாதி எடுத்துக்குவோம். இதிலே வழக்கு ஒண்ணும் கிடையாது.

கேள்வி : உங்கள் வெளியீடுகள் தவிர வேறு புத்தகங்கள் விற்பதுண்டா?

பதில் : வியாபாரத்திலே அப்படியெல்லாம் பார்க்க முடியுமா? ஐம்பது பெர்சன்ட் கழிவு தந்தா யார் வெளியீடுன்னாலும் விற்போம்.

கேள்வி : ஒரு நூலை வெளியிட முடிவு செய்யுமுன் படித்துப் பார்ப்பீர்களா?

பதில் : நீங்க ஒண்ணு, அதுக்கெல்லாம் யாருக்கு நேரம் இருக்கு? சில ஆதர்ஸ் பேருக்கே புஸ்தகம் போகும். சில மூதேவிங்க பேருக்கு என்ன எழுதினாலும் போகாது.

கேள்வி : தேடிப் போய் வாங்குவதுண்டா?

பதில் : நிறைய நேராகவே வந்திரும். 'பங்கஜா' புத்தகம் போடணும்னா தேடித்தான் போகணும். 'விஷ்ணு சுந்தரி' புத்தகம் போடணும்னா காரெடுத்துக்கிட்டு நூறு மைல் போய் வெள்ளித் தாம்பாளத்திலே வெத்திலை, பாக்கு, பழம், பணம், பட்டுப் புடவை எல்லாம் வச்சு நீட்டணும். சிலர் பணத்தை எண்ணிப் பார்த்து விட்டுத்தான் உள்ளே போய் ஸ்கிரிப்டை எடுத்து வருவாங்க. பெரிய வம்பு புடிச்சயாவாரம்ங்க.

கேள்வி : இந்தத் துறையிலே, எதிர்பாராமல் உங்களுக்கு நிறைய லாபம் தேடித்தந்த புத்தகம் ஏதும் உண்டா?

பதில் : நம்ப டாக்டர் க.கூ. 'திருக்குறள் தீர்க்க உரை'ன்னு முப்பது வருஷம் முந்தி ஒரு மேட்டர் கொண்டாந்தார். இதெல்லாம் போகுமான்னு ஒரு சம்சயம் எனக்கு ஆரம்பத்திலே. சரி விக்காமப் போனாக்கூட டாக்டர் க.கூ. தமிழ்ப் பேராசிரியர், நாளைக்கு தமிழ்த்துறைத் தலைவர் ஆகலாம். செனட் மெம்பர் ஆகலாம். வைஸ் சான்சலர் ஆகக்கூட வாய்ப்பு உண்டு. ஆளுங்கட்சியிலே அவுரு ஜாதிக்கு நிறைய செல்வாக்கு இருந்துது. சரி ஒரு நூறு ரூபாய் போனாப் போட்டும்னு வாங்கிப் போட்டேன். சொன்னா நம்ப மாட்டீங்க... இதுவரை இருவத்தாறு லெட்சம் காப்பி வித்திருக்கு...

கேள்வி : பேராசிரியருக்கு பிறகு ஏதும் கொடுக்க வேண்டும் என்று தோன்றவில்லையா?

பதில் : இதிலேதாங்க நமக்கும் மற்ற பப்ளிஷருக்கும் உள்ள வித்தியாசம். வேற எவனும்னா போடாப்போம்பான். நான் அப்படி இல்லிங்க... அன்னேலேருந்து என்ன புஸ்தகம் நம்ம வெளியீடா வந்தாலும் அவருக்கு ஒரு காப்பி அனுப்பீருவேன்... இதெல்லாம் மறைமுகமா விளம்பரம் இல்லாம நாம்ப செய்யும் சேவைங்க...

நாஞ்சில் நாடன்

கேள்வி : கடைசியிலே ஒரு கேள்வி, உங்கள் பெயர் நிலைத்து நிற்கிற அளவிலே பெரிசா ஏதும் செய்கிற எண்ணம் உண்டா?

பதில் : இப்பக்கூட என்னங்க? எத்தினியோ புத்கங்கள் நம்ம காலத்துக்குப் பிறகும் நம்ம பெயரைச் சொல்லும்... நாம் போட்ட எத்தனையோ சாகித்ய அகாடமி ப்ரைஸ் வாங்கீருக்கு. நம்ப புஸ்தகத்துக்கு ஞானபீடப் பரிசு கிடைச்சிருக்கு. ஆனா ஒண்ணு... நான் சாகறதுக்கு முந்தி நம்ப வெளியீடு ஒண்ணு நோபல் பரிச வாங்கீரணும். அதுக்கும் வேலை நடத்துக்கிட்டுதான் இருக்கு. அதாங்க எனக்கு கொஞ்ச நாளா ஆசை.

தனக்கு நோபல் பரிசு கிடைக்க வேண்டும் என்ற எண்ணம் இல்லாமல் தன் வெளியீட்டுக்குக் கிடைக்க வேண்டும் என்ற பரந்த எண்ணம் உடைய இவர் உண்மையிலேயே 'புத்தகக் கர்ணன்'தான் என்று நினைத்தவாறே புறப் பட்டோம். கேட்டுக்கு வெளியே நடந்து திரும்பிப் பார்த்த போது, பெரியவர் மண் கொத்தியுடன் மஞ்சணாத்திக் கன்றை நோக்கி நடந்து கொண்டிருந்தது தெரிந்தது. 'உழவாரப் படையாளி' நினைவும் கூடவே வந்தது.

கோரேகாவ் தமிழ்ச் சங்க இலக்கிய
விழா மலர், 1985

13 ஊதுபத்தி

அக்கினி நட்சத்திரம் கொளுத்திக் கொண்டிருந்தது. கரையான் திரட்டு வயலில் கதிர்வாரிக் கட்டிக் கொண்டிருந்தார்கள். அறுப்புக்காரர்கள் காலையில் அறுத்துப் போட்ட இரண்டரை ஏக்கர் வாசறுமிண்டான் பயிர் பன்னிரண்டுமணிக்குள் சுக்காய்க்காய்ந்து விட்டது. அறுப்புக்காரர்களுடன் கதிர் வாருவதை மேற் பார்க்க அப்பாதான் வந்திருந்தார். ஒன்றரை மணிக்கு மேல் சாப்பிட்டு விட்டுச் சிதம்பரம் வயலுக்கு வந்தான். அவன் வந்ததும் அப்பா சாப்பிடப் போனார்.

"கதிரு விளாம வாரச் சொல்லு... கதிரு பொறக்கும் குட்டியளை கெட்டுக்கு பொறத்த நின்னு பொறக்கச் சொல்லு - நெல்லு தொளியாம கட்டை இறுக்கச் சொல்லு. என்னா?" என்று எச்சரிக்கைகள் செய்துவிட்டுப் போனார்.

கரையான் திரட்டு வயல் ஒன்றே முக்கால் கோட்டை விதைப்பாடு 'வாம்பிரி' வயல். அரையாள், முக்காலாள், முழு ஆள் கூலியாக இருபத்திரண்டு பேர்கள். தலைக்குக் குறைந்தது ஏழு நடை கட்ட வேண்டும். இந்த வயல் அமையக் குறைந்தது நாலரை மணியாகும். அடுத்த வயல் முக்கால் கோட்டை விதைப்பாடு. பக்கத்துத் துண்டுதான். வீட்டை அடுத்து அறுத்தடிப்புக் களத்தில் இருந்து வயல் நாலு ஃபர்லாங் தூரம் இருக்கும். கால்வாய் வரப்பைத் தாண்டி, ஆற்றில் இறங்கி ஏறி, ரோட்டில் ஓடி, தெருவில் நுழைந்து களத்துக்குப் போக வேண்டும். போகும்போது அஞ்சல் ஓட்டத்தில் போனால்தான் சுமை பொறுக்காது.

''கதிரு விளாம வாருங்கப்பா... குட்டியளே, பொறுத்த போங்கோ,'' என்று இடையிடையே குரல் கொடுத்துக்கொண்டு, கதிர் வாரிய நிலத்தில் தாள்கள் கணுக்காலில் குற்றியாய் உரச, அங்குமிங்கும் நடந்து கொண்டிருந்தான் சிதம்பரம். அரியரியாகச் சேர்த்துப் படையாக்கி, கட்டின் மேல் வைத்து இறுக்கி, கட்டு நிறைந்ததும் கூறுவடியுடன் நின்று ஒரு கை தூக்கிவிட்டு, வயல் சேற்றில் அறுப்புக்காரன் பாதம் பதிய நடந்து வரப்பில் ஏறுவதைப் பார்த்துத் திரும்பியபோது ஒரு குட்டி இரண்டு அரிகளைச் சேர்த்துச் சுருட்டுவதைப் பார்த்தான்.

''குட்டி... அரியைக் கீள போடு... போ... கெட்டுக்குப் பொறத்த போ...'' கூறுவடியும் சேர்த்து விரட்டினார்.

''போவுட்டி பெறக்க... பெறக்க போவுட்டி...''

சாரத்தை மடித்துக் கட்டி, துவர்த்தை வட்டக் கட்டாய்த் தலையில் சுற்றியிருந்தான் சிதம்பரம். கரண்டை வரை காலில் தொழியாகியிருந்தது. வியர்வை சுனைபோல் பொங்கியது.

நெற்கதிருக்கு அவித்த மரச்சீனிக் கிழங்கும் வறுத்த நிலக்கடலையும் சீனிக் கிழங்கும் விற்கும் கிழவி நார்ப்பெட்டியை வரப்பில் இறக்கி வைத்து உட்கார்ந்தாள். இரண்டாவது கூறில் கதிர் வாரிக் கொண்டிருந்த அம்புரோஸ் சத்தமாகக் கூப்பிட்டான்.

''பண்ணையாரே... ஓய் ஒம்மத்தான் பண்ணை யாரே. கெளங்கு வேண்டட்டா...''

வாங்கிக் கொள் என்று சொன்னால் மூன்று அரிக்கதிரோடு அம்புரோஸ் கிழவியிடம் போவான் என்று அவனுக்குத் தெரியும். கவனிக்காதது போல நின்றான் சிதம்பரம்.

''தானியலு... கதிரு நெறையத் தொளியி பாத்துக்கோ... அரிவிடாமச் சேத்து வாரு...''

''பண்ணையாரே... ஓய்...'' மறுபடியும் அம்புரோஸ்.

''சும்மா வாரிக் கெட்டுப்பா... கூறு பிந்திக் கெடக்கு பாரு...'' என்றான் அவன்.

அம்புரோஸ் கெட்டு மூத்துவிட்டது. அவனே ஆறே காலடி உயரம். அதற்கு மேல் கெட்டு மூன்றடி உயரம். சாதாரணக் கெட்டைத் தூக்க கெட்டுக்காரன் அடக்கம் நான்கு பேர் போதும். அம்புரோஸ் கெட்டுக்கு ஆறு பேர் வேண்டும்.

திருத்தமான வேலைக்காரன். இருபத்தைந்து வயதிருக்கும். அறுத்த கதிரை அரிவாள் மேல் தாங்கி அரியாக, குத்தி நிற்கும் தாள்மேல் விரிப்பதில் ஓர் அழகு இருக்கும். மற்ற கட்டுக்காரர் களைப் போலல்லாமல், சவளாமல், சரியாமல் சுசீந்திரம் சாமி தேரைப்போல் அம்சமாக இருக்கும் அவன் கட்டு.

நான்கு பூவாகத்தான் அறுப்புக்காரர்களுடன் அறுத்துக் கெட்ட வருகிறான் அம்புரோஸ்.

நாஞ்சில் நாட்டுக்கு அறுக்க வருபவர்களும் சூடடிக்க வருபவர்களும் உள்ளூர்க்காரர்களல்ல. எல்லாப் பத்துக்களும் நிறைசூலி போலப் பழுத்து முதிர்ந்து தலை சாய்த்துக் கிடக்கும் போது உள்ளூர்காரர்களால் அறுத்து அடித்து ஒதுக்க முடியாது.

பெரும்பாலும் சூடடிக்காரர்கள் சூரங்குடி, ஈத்தாமொழி, பெரிய காட்டுக்காரர்களாக இருந்தனர். அறுப்புக்காரர்கள் தொடு வட்டி, களியக்காவிளை சுற்று வட்டாரங்களில் இருந்து வருபவர்கள்.

சிதம்பரத்துக்கு அறிவு தெரிந்த நாள் முதல் அவர்களுக்கு அறுத்துக்கட்ட நாடான்கண்ணு கூட்டத்தினர்தான் வந்தார்கள். நாடான்கண்ணு இல்லாத நாட்களில் ரேவதி கூறுவடி. இரண்டு பேரும் அத்தான் மைத்துனர்கள். அடிமுறை தெரிந்தவர்கள்.

நெற்பயிர் தலை பழுக்க ஆரம்பிக்கும்போது அவர்களுக்கு வாசம் எட்டும். அறுப்பு விசாரித்து வரும்போது இரண்டு வருக்கைப் பலாக்கள், பனங்கிழங்குக்கட்டுக்கள், நுங்குக்குலைகள், செவ்வாழைக் குலைகள், என்று பருவத்துக்குத் தகுந்தபடி கொண்டு வருவார்கள்.

இலை போட்டுச்சாப்பிட்டு, அப்பாவுடன் இருந்து வெற்றிலை போட்டதும் பஸ் சார்ஜுக்கு ரூபாயும் குட்டிச் சாக்கில் ஆளுக்கு

ஐந்து மரக்கால் நெல்லும் கொடுத்து அனுப்புவார் அப்பா. அறுப்புக்கு எப்போது ஆள் கொண்டு வர வேண்டும் என்ற தகவலும் சொல்லி அனுப்புவார்.

பெரும்பாலும் முற்பகலில் கூட்டமாக வந்து இறங்கு வார்கள். களத்தில் தென்கிழக்கு மூலையில் மூங்கில் நாட்டி, கிடுகு வைத்துப் பக்கம் மறைத்து, ஓலைப் பெரை போடுவார்கள். மாட்டுத் தொழுவத்தின் தட்டில் அடுக்கி வைத்திருக்கும் சோற்றுப் பானைகள், கறிச்சட்டிகள், சிரட்டைத் தவிகள், ஓலைப் பட்டைகள், சாப்பிடும் பரந்த சட்டிகள் எல்லாவற்றையும் கீழிறக்கிக் கழுவு வார்கள். அவரவர் சாப்பாட்டுச் சட்டிகளில் மறுபடியும் துலக்கமாகச் சுண்ணாம்புக் குறிகள் போடுவார்கள்.

உடைந்த சட்டிகளுக்கு மாற்றுச் சட்டிகள் வாங்க, புதிய சட்டிகள் வாங்க, சமையலுக்கு மசாலா சாமான்கள் வாங்க, ஒரு குழு தாழக்குடிக்குப் போகும். வந்த அன்று சாப்பிடக் கட்டுச்சோறு இருக்கும். மற்ற நாட்களின் தேவை கருதி, தலைக்கு இரண்டு பனங்கருப்பட்டியும் சம்மந்தியும் கதிர் அரிவாளும், பனைநாரும் மாற்றுடையும் சாக்குப் பொதியினுள் இருக்கும். வந்த நாளில் செக்கச் சிவந்தப் புழுங்கலரிசிச் சோறும் இடி சம்மந்தியும் பிசைந்து சாப்பிடுவதைக் காணச் சிதம்பரத்துக்கு நூதனமாக இருக்கும்.

வந்த நாள் சாயந்திரம் உரலும் உலக்கையும் கேட்டு அம்புரோஸ் வந்தான். அவன் வயதுதான் இருக்கும்.

''என்னலே... இந்த வருசம் புதுசா வந்திருக்கியா?'' என்று அம்மா கேட்டபோது சிரித்தான்.

சமையலுக்கு என்று தனியாக ஆள் வரும். நெல் அவித்துக் காயப்போடுவது, மிஷினில் கொண்டு போய்க் குத்தி வருவது, தண்ணீர் கோருவது.... இரண்டு வேளை சாப்பாடு போக அவருக்கு அரையாளங்கொத்து. ஓய்விருக்கும்போது மற்றவர்களும் கூட மாட வேலை செய்வார்கள். பொங்கத் தேவையான அரிசி, அரிவாள் கட்டு நார்க்கெட்டுக் கதிரில் வருவது போதுமானதாக இருக்கும்.

இரண்டாவது முறை வெட்டுக் குத்தி வாங்க வந்தபோது அவன் பெயரைக் கேட்டான்.

அறுத்துக் கட்டும் வேலை முடித்து, குளித்து, வைக்கோல் மீது துண்டு விரித்துப் படுத்துக் கிடக்கும்போது சிதம்பரம் களத்துக்குப் போவான். சட்டியில் கறி கொதிக்கும் வாசனையின் பின்புலத்தில் ரசமான கதைகள் நடக்கும். தெம்மாங்குப் பாடல் கேட்கும். அம்புரோஸ் நன்றாகப்பாடுவான்.

வயல் அறுக்கும் போதும், கெட்டும் போதும். மேற்பார்க்க அவன் போவதால் கூட்டத்திலுள்ளோர் எல்லோரையும் பழக்கம் உண்டு. சிலர் ஏதாவது சொல்லிப் பரிகாசம் செய்வது உண்டு. அந்தப் பூவிலேயே அவனுக்கும் அம்புரோசுக்கும் நட்பு ஏற்பட்டு விட்டது. அம்புரோஸ் கொண்டுவரும் கருப்பட்டியில் பாதியை அவன்தான் நான்கு பூவாகத் தின்கிறான்.

முன்னிரவில் நிலவொளியில் மண் சட்டியில் பெரிய சிரட்டைத் தவியால் நிறையச் சம்பா அரிசிச் சோறு போட்டு, கொதிக்கும் குழம்பை மேலே ரேவதி ஊற்றும்போது எழும் மசாலாவின் மணம் நாவில் தெறிக்கும். அம்புரோஸ் சாப்பிடக் கூப்பிடும்போது ஆசை ஏற்படும்.

அறுத்துக் கெட்டி முடிந்துக் குளிக்கப் புறப்படுமுன் சோறு வடித்த கஞ்சியைத் தேங்காய்ச் சிரட்டையில் ஊற்றி, கருப்பட்டியைக் கடித்துக் கொண்டு சுடச்சுடச் குடிக்கும்போது சில சிரட்டைகள் அவனும் குடித்திருக்கிறான்.

வெயில் காய்ந்து முறுகி வியர்வை பெருகியது. தலை முண்டை அவிழ்த்து, அழுந்தத் துடைத்து, மறுபடியும் கட்டிய போது அறுப்புக்காரன் இரண்டு பேர் ஓடி வருவது தெரிந்தது. என்ன காரணம் என்று தெரியவில்லை. சற்று அருகில் வந்ததும் ஒருவன் கூவினான்.

''ஏம்பிலே ஒடி வாறா?''

''அம்புரோஸ் பெய விளுந்திட்டான்... பெயகெட்டப் போட்டுகிட்டு விளுந்திட்டான்...''

கூறுவடி நிதானமாகக் கேட்டார் - ''ஏம்பிலே விளுந்தான்...''

‘‘பெய வேதக் கோயிலுகிட்டே ஓடி வந்தான்... பாரவண்டி வந்துன்னு ஒதுங்கினான்... கதிரு கெட்டை பூவரசங்கொப்பு தட்டி காலு மடங்கீட்டு... கெட்டு தலைக்கு மேல வந்து விளுந்திற்றுவே... ஓடியாரும்... பெய என்னுண்ணோ வாறான்...’’

கூறுவடி ஓடியவாறே சொன்னார் - ‘‘ரெண்டு பெயக்க கூட வாருங்கபிலே... பாக்கிப் பேரு சோலியைப் பாருங்கோ...’’

கூறுவடியும் ரேவதியும் தானியலும் தங்கையாவும் ஓட்டமும் தடையுமாகப் போனார்கள்.

என்ன நடந்திருக்கும் என்பதை ஒருவாறு அனுமானிக்க முடிந்தது. தூரத்தில் சுப்பையண்ணன் ஓடி வருவது தெரிந்தது. வந்தவன் அவனிடம் சொன்னான் - ‘‘உன்னை அப்பா உடனே வரச் சொன்னா... சுணங்காமப் போ...’’

ஆற்றில் இறங்கி, சேற்றைக்கழுவி, நேரே வீட்டுக்குப் போனான். வீட்டின் தெருப்படிப் புரையில் அம்புரோசைக் கிடத்தி இருந்தார்கள். கூறுவடி எங்கெல்லாமோ தடவிக் கொண்டிருந்தார். அனக்கம் ஏதும் இல்லை. எல்லோர் முகங்களிலும் கவலையின் கூறுகள். சைக்கிளில் வந்து இறங்கிய வேலப்பண்ணன் சொன்னான், ‘‘கார் இன்னா வந்திரும் சர்க்கார் ஆசுபத்திரிக்கு கொண்டு போயிரலாம்...’’

அப்பா சட்டை போட்டுக் கொண்டு வரச் சொன்னார். கையில் நூறு ரூபாய் சில்லரையாகத் தந்தார். ‘‘நீயும் கூடப் போ... செலவைப் பத்திக் கவலைப்படாதே...’’

காரின் பின் சீட்டில் நாடான்கண்ணு, ரேவதி, தானியல், அம்புரோசை மடி மீது கிடத்தியிருந்தார்கள். முன் சீட்டில் சிதம்பரமும் வேலப்பண்ணனும்.

உயிர் இருப்பதற்கான அசைவுகள் இல்லை. உடம்பு சூடாக இருந்தது. சர்க்கார் ஆஸ்பத்திரி வாசலில் காரை நிறுத்தி ஆளுக்கொரு பக்கமாய்ப் பிடித்துத் தூக்கி, எமர்ஜென்ஸி வார்டை அடைந்து

டாக்டரை அழைத்து வந்து... எல்லாம் முடிந்து அரை மணி நேரம் இருக்கும் என்றார்கள். பீதி படர ஒருவர் மற்றவரைப் பார்க்க போலீசுக்குத் தகவல் போயிற்று.

ஆஸ்பத்திரிக்கு எதிரே நகரக் காவல் நிலையம். சப்இன்ஸ்பெக்டரிடம் விவரமாகச் சொன்னான். எல்லாம் கேட்டுவிட்டு அவர் கேட்டார், ''நீ ஆருலே?''

''சார்... நான்... எங்க வயல்லேதான் அறுத்துக் கெட்டுகா... எங்க களத்திலேதான் தாவளம் போட்டுருக்கா...''

''கூறுவடி யாருவே,''

''எசமான், நாந்தான்.''

''எசமான், இவுரு தானியலு... பெயலுக்க சித்தப்பா...''

''எல்லாரும் அந்த மூலையிலே போய் இரிங்கவே...''

''சார்... நான்...'' மெதுவாகக் கேட்டான் சிதம்பரம்.

''ஒன்னையும் தாம்பிலே! நீயென்ன பெரிய கெவர்னரா? மயிராண்டி... போயி இரிடா அங்கின...'' ஒரு மாதிரி வந்தது சிரம்பரத்துக்கு.

வேலப்பண்ணன் வந்த காரில் ஊருக்குத் தகவல் சொல்லப் போயிருப்பான். சற்று நேரத்தில் உதவிவரும் என்ற எண்ணத்தில் காத்திருந்தாலும், கைகால்கள் எல்லாம் ஓய்ந்து விட்டன. இங்கிருந்து ஓடிவிட முடிந்தால் போதும். கன்னிக் களவுபோல கன்னிக் காவல் நிலைய நுழைவு.

வேலப்ப அண்ணன் தாலுகா ஆபீசில் பியூன் வேலை பார்ப்பவன். நாலு பேரைப் பழக்கம் உண்டு. சற்று நேரத்தில் வக்கீல் ஒருவருடன் வந்தான்.

மற்றுமொரு முறை நடந்தது எல்லாம் விளக்கமாகக் கேட்டுவிட்டு சப்இன்ஸ்பெக்டர் சொன்னார்.

''சம்பவம் நடந்த இடம் ஆராம்புளி ஸ்டேஷனுக்கு உட்பட்டது. அவங்கதான் வந்து விசாரிச்சு எஃப் ஐ ஆர் போடணும்...

நீங்க அங்கே போயிச் சொல்லுங்க... பாடியை போஸ்மார்ரட்டம் பண்ணித் தான் தருவா... எதாம் ஃபவுல் பிளே இருக்கான்னு பாக்கணும்...

''கூறுவடியும் கூட ரெண்டு பேரும் இங்க இருக்கட்டும். நீங்க ஆராம்புளிக்குப் போங்க...''

''கூறுவடி நாடான்கண்ணு தெவங்கித் தெவங்கி அழ ஆரம்பித்தார். அமபுரோஸின் சித்தப்பா சொல்லிழந்து மூலையை வெறித்தவாறிருந்தார்.

அதே காரில் ஆரல்வாய்மொழி போய்ச் சேர்ந்த போது மணி ஐந்து தாண்டிவிட்டது. வக்கீல் கூட இருந்ததில் பல வசதிகள் இருந்தன. வேலப்பண்ணன் முன் யோசனைக்காரன்தான்.

மறுபடியும் ஊருக்கு வந்து, போலீசார் சம்பவம் நடந்த ஸ்தலம் பார்வையிட்டு, டேப்பால் நீள அகலம் அளந்து, கண்டவரை விசாரணைகள் செய்து, வீட்டுக்கு வந்து இளநீர் பருகி, பக்கம் பக்கமாய் எழுதி, கையெழுத்துக்கள் வாங்கி...

சூரியன் சாய்ந்த பின் போஸ்ட்மார்ட்டம் செய்ய மாட்டார் களாம். மார்ச்சுவரியில் கிடந்த அம்புரோஸின் உடல் மறுநாள் காலை பத்து மணிக்குப் பிறகுதான் கிடைக்கும் என்றார்கள். சவக் கிடங்குக் காவல்காரன் மறுநாள் காலை பெட்டி சகிதம் வரச் சொன்னான். டாக்டர் நல்ல மனிதர். அதிகமாக உடலைக் கூறு கெடுக்காமல் பாடியைத் தர ஏற்பாடு செய்வதாகச் சொன்னார்.

களத்தில் எல்லா முகங்களிலும் சோகம் கப்பிக் கிடந்தது. அறுத்த பயிர்களம் வந்து சேர்ந்திருந்தாலும், இராச்சாப்பாட்டுக்கான தடயங்கள் இல்லை. எல்லா முகங்களும் குற்றம் சுமந்து திரிந்தன.

வீட்டில்போய்க் குளித்துவிட்டுப்படுத்த சிதம்பரத்துக்கு உறக்கம் வரவில்லை. இடையிடையே உறங்கியபோது கனவுகள் துரத்தின.

காலை ஒன்பது மணிக்கு, மருத்துவமனையின் சுற்றுச்சுவரை ஒட்டியிருந்த சவக்கிடங்கினுள் கிடந்த அம்புரோஸின் உடலைப்

பெற வேண்டி வெளியே கும்பலாய், சிறு சிறு முனகல்களுடன் நின்றனர். அம்புரோஸின் ஊருக்கும் தகவல் போய் ஏழெட்டுப் பேர்கள் வந்திருந்தனர்.

வெயில் ஏறிக் கொண்டிருந்த போது டாக்டர் வந்தார். பதினோரு மணிக்கு ஓலைப்பாயில் சுருட்டிக் கொடுத்தனர். சவப் பெட்டியினுள் வைத்து, மாலை போட்டு, ஊதுபத்தி கொளுத்தி...

தொடுவட்டியிலிருந்து வடக்காக இறங்கும் கப்பி ரோட்டில் இரண்டாவது மைலில் அந்தக் கிராமம் புலப்பட்டது.

சுற்றிலும் செம்மண் காவி படர்ந்திருந்தது. பலாக்கள் பெரும் பன்றிகளாய்க் காய்த்துத் தொங்கின. மா மரங்களின் கிளைகளில் நீண்ட காம்பு கொண்டு கோட்டுக் கோணம் காய்கள். கவிந்திருந்த கொல்லா மரங்கள் கொல்லாம் பழங்களை நாலைந்து நிறங்களில் அசைத்துக்காட்டின. பனைகளில் பதனீர்க் கலயங்களும் நுங்குக் குலைகளும். வேலியெல்லாம் புருத்திச்சக்கை, தோட்டமெல்லாம் மரச்சீனி, மாவில் பற்றிப் படர்ந்திருந்த நல்ல மிளகுக் கொடிகள். பெயர் தெரியாத காட்டுச் செடி கொடிகள். கண்கள் அவற்றைக் கணக்கெடுத்துக் கொண்டாலும் மனம் சென்று சேரவில்லை.

ஒருமுறை அம்புரோசுடன் அவன் ஊருக்குப் போய்ப் பார்த்து வர வேண்டும் என்று பேசிக்கொண்டது நினைவுக்கு வந்தது. உல்லாசமானதோர் சூழ்நிலையில் வந்திருக்க வேண்டிய சந்தர்ப்பம் கையிலிருந்து வழுகி விழுந்து விட்டது. இனி எப்போதும் இங்கு நுழைவதை எண்ணிப்பார்க்க முடியாது என்று தோன்றியது சிதம்பரத்துக்கு.

டிரைவர் தவிர யாரிடமும் அசைவுகள் இல்லை. பிணம் சுமந்த மனங்கள். மனதில் சுய வெறுப்பும் கசப்பும் கலந்து தத்துவம் ஊறலெடுத்தது. சொட்டுச் சொட்டாக நினைவுகள் எதுக்களித்தன.

அம்புரோஸின் குடும்பம் பற்றிய ஒரு அறிவும் கிடையாது. ஆள்முகம் கண்டால் அடையாளம் தெரியக் கூடும். தெரிந்துதான் என்ன செய்ய?

கிராம நுழைவில் காரைக் கண்டதும் திரண்ட முகங்கள். வீட்டு வாசலில் பெருங்கூட்டம். பேரழுகை. ஆண்களும் பெண்களுமாய்ச் சவப் பெட்டியின் பின்னால் வீட்டினுள் பாய்ந்து சென்றனர். வறுமை வரியோடிய கண்களில் இருந்து வருத்தம் ஓடியது.

புதிய முகமான அவனைச் சில பகைப் பார்வைகள் துளைத்தன. கூறுவடி ஒரு குற்றவாளிபோலச் சோர்ந்து நின்றார். தானியலைச் சுற்றியொரு கூட்டம் என்ன நடந்தது என்பதை மீண்டும் மீண்டும் அறிய முயன்றது.

மேலும் அங்கு நிற்க முடியாதவாறு சூழ்நிலை இறுகிக் கனல ஆரம்பித்தது. சிதம்பரத்தைச் சுட்டிக் காட்டிக் கோபத்தோடு ஏதோ பேசுவது கேட்டது.

நிலமை சிக்கலாகும் போலத் தோன்றியதை உணர்ந்து டிரைவர் போகலாமா என்ற தலையை அசைத்தார். அவன் மெதுவாகக் கூறுவடி பக்கம் போய், அப்பா தந்தனுப்பிய ஐந்நூறு ரூபாயைக் கையில் கொடுத்துவிட்டுப் புறப்படுவதாகச் சொன்னான்.

டிரைவர் திருப்பி நிறுத்திய டாக்சியை அணுகி, சிதம்பரம் முன் சீட்டுக் கதவைத் திறந்தபோது பளீரெனப் பிடரியில் ஓர் அறை விழுந்தது.

தொடர்ந்து, "மக்களைக் கொன்னு போட்டியளே பாவியளே!" என்ற அலறலும். மேலும் ஒரு கை அவனை அறைய முயன்றபோது ரேவதியின் கை அதை ஏறிப் பிடித்தது.

"பண்ணையாரு இனி நிக்காண்டாம்... பொறப்பட்டுப் போவும்... பொறவு பேசிக்கிடலாம்," என்றான் ரேவதி, ஆத்திரத் துடனும் அவசரத்துடனும்.

புழுதியைப் புரட்டிக் கொண்டு கார் வேகமெடுத்தபோது பின் பக்கக் கண்ணாடி வழியாகப் பார்த்தான். சின்னதோர் அடிதடிக்கான முகடு கூடிக் கொண்டிருந்தது. காரை நோக்கிக் கற்கள் சில பாய்ந்து வந்தன. காரினுள் கிடந்து கமழ்ந்த ஊதுபத்திப் புகை மட்டும் சிதம்பரத்தின் மூக்கில் நிரந்தரமாய்த் தங்கிப் போயிற்று.

ஆல், ஆகஸ்ட், 1992

14

சிறியன செய்கிலாதார்

பேராசிரியர் த.மு. பூரணலிங்கன் கனவைப் பேராசை என்று துணிய முடியாது.

ஒரு கையில் நின்று யோசிக்கையில் இந்த டாக்டர் பட்டம் அவருடைய புலமைக்கு அநாவசியம் என்று தோன்றும். அவர்க்கெனத் தனியான பெருமையை இது எங்கே சேர்த்துவிடப் போகிறது?

மறு பக்கம் யோசிக்கையில், அவருடைய கல்வித் தகுதிகளில் மகுடம் வைத்தது போல் இது அமையலும் ஆகும்.

மாடன் கோயில் பூசாரி மகன் மெடிகல் காலேஜ் பற்றி நினைக்கும் சமத்துவம் அன்றும் வந்திருக்கவில்லை. எனவே லோகல் தமிழ்ச் சங்கத்தில் புலவர் படித்தார் பூரணலிங்கன். நன்னூல், காரிகை, அலங்காரம் யாவும் இன்று கூட அவருக்கு நினைவில் இருந்தன. அவருடைய முதல் படைப்பிலக்கியமான 'முப்பிடாரி அம்மன் பிள்ளைத் தமிழ்' இன்றும் ஏதோ ஒரு பல்கலைக் கழகத்தில் எம்.ஏ.க்குப் பாடமாக இருக்கிறது.

உயர்நிலைப் பள்ளியில் பயிற்றுவித்துக் கொண்டே பூரணலிங்கன் பி.ஏ. எழுதினார். பி.ஓ.எல். எழுதினார். பி.எட். எழுதினார். எம்.ஏ. எழுதினார். எம்.எட். எழுதினார். எழுதிக் கொண்டே போனார். இன்று நின்று திரும்பிப் பார்க்கையில், இந்த ஐம்பத்திரண்டு வயதில் அவருக்கு நகரில் ஒரு வீடும், தமிழ் எனும் நின்ற சொல்லுடன் செல்வன், கலை, அரசி, இன்பன், வேள் எனும் வந்த சொற்களைக் கொண்டு ஐந்து பிள்ளைகளும், நாற்பத்தேழு

தலைப்புகளில் புத்தகங்களும், லெட்டர்ஹெட்டில் அரைப் பக்கம் வருமளவுக்குப் பட்டங்கள், விருதுகள், உறுப்பினர் பதவிகள் ஆகியனவும் இருந்தன.

திருக்குறும்பலாயீசன் பல்கலைக் கழகத் தமிழத் துறைத் தலைவராகப் பூரணலிங்கன் ஆகியது சொந்தத் தகுதிகள் கருதி மட்டுமே. இன்னும் எட்டாண்டுகள் அவருக்கு ஊழியக் காலம் இருந்தது. இதில் முனைந்தால் மூன்று ஆண்டுகளில் டாக்டர் பட்டம் வாங்கிவிட முடியும்.

அவர் துறையிலேயே பொடிப் பையன்கள் மூன்று பேர் பி.எச்டி. செய்து விட்டனர்.

'பெரும்பாணாற்றுப்படையில் மலைநாட்டு விவசாயம்' 'பெருங்கதையில் கிரேக்க இதிகாசங்களின் ஆளுமை, 'வடுவூர் துரைசாமி ஐயங்காரும் வண்ணதாசனும் - ஓர் ஒப்பாய்வு' என்று சிலருக்குத் தலைப்பு பரிந்துரைத்ததே அவர்தான்.

சிலருக்கு இரண்டாம் பேர் அறியாமல் இரண்டாயிரம் ரூபாய் வாங்கிக் கொண்டு ஆய்வே எழுதிக் கொடுத்துள்ளார். சட்டப் பேரவையில் ஆளுங்கட்சிக் கொறடாவாக இருக்கும் டாக்டர் 'பூந்தளிர்' பொன்னனுக்கு 'மு.வ.வின் நாடகங்களில் அங்கதச் சுவை' என்று ஆய்வு எழுதிக் கொடுத்ததும் அவர்தான்.

தன்னுடைய ஆய்வைத் திருத்தத் தமிழ்ப் புலமை எவருக்கு உண்டு என்றொரு கல்விச் செருக்குக் கூட அவருக்கு இலேசாக இருந்தது. தமிழ்த்துறை வட்டாரத்தில் ஆய்வு அனுபந்தங்கள் தயாரிப்பதில் பூரணலிங்கனை மிஞ்ச முடியாது என்றோர் அபிப்பிராயம் உண்டு.

பேராசிரியர் பூரணலிங்கன் என்பதை விட டாக்டர் பூரணலிங்கனார் என்பது அவருக்கு மிகுந்த கவர்ச்சியை அளித்தது. என்றாலும் மகள் பேறுக்கு வந்திருக்கும் நேரத்தில், கர்ப்பமாக இருக்கும் தாய்போல், இந்த நேரத்தில் போய் ஆய்வுக்குப் பதிவு செய்ய நாணமாகவும் இருந்தது.

நீண்ட யோசிப்புக்குப் பின், இது தனது வாழ்வின் இறுதிப் பட்டமாக இருக்கட்டும் என்ற தீர்மானத்தில், ஆய்வுக்குப் பதிவு செய்வது என்று முடிவெடுத்தார். தலைப்பே பிரமிக்க வைக்கும்படி இருக்க வேண்டும். ஆய்வு வெளிவந்த பிறகு, சீனிவாச சாஸ்திரி, ராகவையங்கார், வையாபுரியார், தெ.பொ.மீ. வரிசையில் பூரணலிங்கனார் என்று வைப்பு முறை வர வேண்டும். பின்னால் ஒருவேளை ஏதும் ஒரு பல்கலைக் கழகத் துணை வேந்தராவதற்கு இது உதவவும் கூடும்.

ஒன்றை முடிவெடுத்தால் அதில் முனைவதில் பூரணலிங்கன் உற்சாகமானவர். சங்க இலக்கியம், சமய இலக்கியம், சிற்றிலக்கியம், நாட்டுப் பாடல்கள், முற்போக்கு இலக்கியம் என்றெல்லாம் கிட்டத் தட்ட நூற்று எண்பத்தாறு தலைப்புக்கள் யோசித்தார். கடைசியாகச் 'சீவக சிந்தாமணியில் சைவ வைணவக் கொள்கைள் மேல் சைனக் கொள்கைகளின் மேலாண்மை - ஓர் ஒப்பாய்வும் வேற்றாய்வும்' எனத் தீர்மானித்துப் பல்கலைக்கழகத்தில் பதிவு செய்தார்.

கொஞ்ச நாட்கள் துறையில் இது ஒரு முனகலாக இருந்தது? துணை வேந்தர், 'இந்த ஆளுக்குக்கிறுக்கா?' என்பது போல் அந்தரங்கமாய் ஓர் அபிப்பிராயம் வெளியிட்டார். ஆனால் பூரணலிங்கனாரின் ஆற்றல் பற்றிய அறிவு அவருக்குப் போதாது.

எழுத எழுத ஆய்வு நீண்டு கொண்டே போயிற்று. எதைச் சேர்க்க, எதை நீக்க என்பதே பெரிய சிக்கல். மேற்கோள்கள் குற்றேவல் கேட்டு நின்றன.

ஈராண்டுகள் கடுமையான உழைப்பு. கோடற்ற நீளவெண் தாளில் ஆய்வு மட்டும் ஈராயிரத்து நானூற்று முப்பத்தேழு பக்கங்கள். அனுபந்தங்கள் நான்கும் அறுபத்திரண்டு பக்கங்கள். மேற்கோள் காட்டிய நூல்களின் பட்டியல் மட்டுமே பதினேழு பக்கங்கள்.

பல்கலைக்கழகத் தமிழ்த் தட்டெழுத்தாளரைத் தனியாக அணுகி, பேரம் பேசி, நானூறு ரூபாய் என்று தீர்மானித்து ஆறு காப்பிகளுக்கு ஏற்பாடு செய்தார். தட்டச்சு இயந்திரம், தாள், கார்பன், டேப் எல்லாம் பல்கலைக்கழகக் கணக்கில். வேலை முடிந்து வர மூன்று மாதங்கள் ஆயின.

எல்லாம் சேர்த்து, வெளிவிடாமல் அடித்ததில் ஆயிரத்து எண்ணூற்று ஐம்பத்தாறு பக்கங்கள் வந்தன. அச்சாக்கும்போது ஐந்து தொகுதிகளாகப் போட வேண்டியது இருக்கும். தமிழ் நாட்டில் 'வன மோகினி' எட்டுப் பாகங்கள் விற்றுப் பதினேழு மறுபதிப்புக் களும் வரும். ஆனால் ஆய்வுக் கட்டுரைகள் விற்பதில்லை என்ற உள்ளார்ந்த சோகம் அவருக்கு உண்டு.

பூரணலிங்கனின் மற்ற நாற்பத்தேழு நூல்களில் இதுவரை ஒன்றுமே மறுபதிப்பு வரவில்லை. அதில் முப்பது நூற்கள், ஆயிரம் காப்பிகள் அடித்ததில், எழுநூறுக்கு மேல் இன்னும் மீதமிருந்தது. நூலக ஆணையாளரை இனியும் நம்பிப் பயனில்லை. எங்காவது சில நூல்கள் பாடமானால் ரப்பர் ஸ்டாம்பில் விலையைக் கூட்டிக் குத்திப் பணம் எடுத்து விடலாம்.

இந்த ஆய்வு நூலின் தலையெழுத்து வேறாக இருக்கும் என்று நம்பினார் அவர். இந்த ஆய்வு சீவக சிந்தாமணியின் இருண்ட பல பிரதேசங்களில் ஒளி பாய்ச்சும். எனவே ஐந்து பாகங்கள் ஆயிரம் காப்பிகள் போட்டால் இரண்டாண்டுகளில் தீர்ந்து விடவும் வாய்ப்பு உண்டு. நல்ல விலை வைத்தால் தமிழரசி கல்யாணத்துக்கு ஆகும் என்றார் மனைவியிடம்.

படைப்பிலக்கியத்துக்கான சாகித்ய அகாதமிப் பரிசு பத்தாயிரம் கிடைக்கவும் கூடும். உறுப்பினரைக் கண்டு பேசவேண்டியதிருக்கலாம்.

ஆய்வை மூன்று செட்டுகள் பைண்டு செய்தார். புதுக் கார்பனில் கூட மங்கலாகவே விழுந்திருந்தது. தட்டெழுத்தருக்கு இந்த நுணுக்கங்கள் தெரியுமோ என்னவோ - ஆறாவது காப்பியையும் ஐந்தாவது காப்பியையும் வெளிப் பல்கலைக் கழகங்களுக்கு ஏற்பாடு செய்துவிட்டு, சுமாராக விழுந்திருந்த நான்காவது காப்பியைச் சொந்தப் பல்கலைக் கழகத்துக்குக் கொடுத்தார்.

வெளிப் பல்கலைக் கழகம் எனும்போது வழக்கமாய் ஒரு காப்பி மலேசியா போகும் அல்லது கொழும்பு போகும். மலேசியப் பல்கலைக் கழகத் தமிழ்த் துறைத் தலைவர் டாக்டர் சுப்பா நாயக்கர்,

பூரணலிங்கனின் தோழர். மதிப்பீட்டுக்கு அவருக்கே போகும்படி பார்த்துக் கொள்வது பெரிய காரியமல்ல. மற்ற இந்தியப் பல்கலைக் கழகம் ஒன்றுக்கு இன்னொரு காப்பி போகும். அங்கெவரும் பூரணலிங்கனாரை அறியாமல் இருக்க முடியாது. ஏதாவது குசும்பு செய்ய நினைத்தால், அவர்களின் மாணாக்கரின் ஆய்வுகள் இவரிடம் வர நேரும்போது சங்கதி சிக்கலாகி விடும் என்று யோசிப்பார்கள். மற்றும் இதை உட்கார்ந்து எவன் பொறுமையுடன் படித்துவிடப் போகிறான்?

பிரச்சனை சொந்தப் பல்கலைக் கழகத்தில்தான். மற்றவர் ஆய்வுகள் வரும்போது செய்வதைப் போல் இதையும் தானே செய்ய முடியாது. சாதாரணமாய் ஆய்வுகள் வரும்போது நியாயமான சில மாதங்கள் கிடப்பில் வைப்பார். ஒரு விடுமுறை நாளில் சம்பந்தப் பட்டவர் பழக்கூடை, பட்டுப் புடவை, டேபிள் ஃபேன், மிக்சி, பிரஷ்ஷர் குக்கர் என்ற ரீதியில் மரியாதை செய்துவிட்டுப் போவார். போகும்போது பூரணலிங்கனின் நாற்பத்தேழு நூற்கள் கொண்ட ஒரு செட் வாங்கியும் போவார். ஆய்வு தேறி விடும்.

இங்கு தன்னுடைய ஆய்வை யார் மதிப்பீடு செய்வார்கள் என்று தெரியவில்லை. துணை வேந்தருக்கே கூட நல்ல தமிழறிவு உண்டு. கவிதைகளும் எழுதுவார். அவரே மதிப்பீடு செய்ய நேரலாம்.

பூரணலிங்கன் அஞ்சியது சரியாகப் போனது. மலேசியாவும் மதுரையும் அவர் ஆய்வை அங்கீகரித்துவிட்டதாய்ச் சொந்த ஹோதாவில் தகவல்கள் வந்தன. பட்டமளிப்பு விழா நெருங்க நெருங்கச் சொந்தப் பல்கலைக் கழகம் அனக்கம் காட்டவில்லை. ஒருநாள் துணைவேந்தரிடம் தற்செயலாய் வினவுவது போல் கேட்டதில் அவர் 'வள்' ளென்று விழுந்ததிலேயே விஷயம் புரிந்து விட்டது. திருக்குறும்பலாயீசன் பல்கலைக் கழகம், தலைப்பிலேயே முரண்பாடு இருப்பதாய் - பதிவு செய்து மூன்றாண்டுகள் ஆன பின்பு - அறிவித்து, ஆய்வை மறு பரிசீலனைக்கு அவரிடம் திருப்பியது.

இடைக்கால நிவாரணம் போல் ரெடிமேட் தலைப்பு ஒன்றில் ஆய்வு செய்து பட்டம் வாங்கிவிடலாம் என்றாலும் மறுபடி

மூன்றாண்டுகள் வீணாகிப் போகும். மாத்திரமில்லாமல் இது தனக்கான ஒரு மூக்கறுப்பு. 'ஜானகி நகுவள்' என்ற மனோபாவம் வந்துவிட்டது. பூரணலிங்கனுக்குத் தனது அக்கடமிக் வாழ்வில் தோல்வி என்பது இதுவே முதல் முறை. ஐம்பத்திரண்டு வயதிலும் அது தாங்க முடியாததாக இருந்தது. வழியில் பூக்காரி இயல்பாகச் சிரித்தால் கூட அவருக்குச் சந்தேகம் வந்தது.

இந்தத் துணை வேந்தர் சமீப காலத்தில் பதவி ஏற்றவர். பதவி ஆண்டுகள் இன்னும் இருந்தன. கல்வி அமைச்சரின் மனைவியின் தமக்கை கணவர். எனவே பதவி நீட்டிப்பு கூடக் கிடைக்கும். இனியோர் ஆய்வு எழுதினாலும் மறுபடியும் அதை நிராகரிக்க மாட்டார் என்பது உறுதி?

சுரத்தில்லாமல் சில மாதங்கள் திரிந்தார். சீவக சிந்தாமணி என்று பெயர் கேட்டாலேயே எரிச்சல் பீறியது. வழக்கமாய் எம்.ஏ.க்கு சிந்தாமணியை அவர்தான் நடத்துவார். அடுத்த பாடத் திட்டத்தில் சிந்தாமணியே வராமற் பார்த்துக்கொண்டார்.

டாக்டர் பட்டத்தோடு 'சிந்தாமணிச் செல்வர்' என்ற பட்டத்தையும் இந்த ஆய்வு கொணரும் என்று எதிர் பார்த்ததில் முதலே மோசம் போனது. 'ஆயிரம் பக்கம் பீராய்ந்த அபூர்வ சிந்தாமணி' என்று பி.ஏ. மூன்றாமாண்டு வகுப்புக் கரும்பலகையில் எழுதியிருந்தது தன்னைக்குறிக்கவே என்பது அவருக்குத் தோன்றாமற் போகவில்லை.

எப்படியும் இந்தத் துணை வேந்தருக்கு ஒரு பாடம் படிப் பிக்காமல் விடக் கூடாது என்று சத்தமில்லாமல் சூளுரைத்தார்.

இனி ஏதும் அரசியல் கட்சியில் சேர்ந்து முதலமைச்சர் ஆகி டாக்டர் பட்டம் வாங்க வயது போதாது. கிருஷ்ண ஸ்ரீநிவாஸையும் அவ்வளவாகப் பழக்கம் கிடையாது. வெறுமனே சூளுரைப்பதை விட வேறென்ன செய்ய முடியும்? வேண்டுமானால் ஒரு விதையைத் திருகி எறியலாம். 'ஒரு விதை குறைத்த பூரணலிங்கன்' என்று அடைமொழி கிடைக்குமே தவிர, தீப்பற்றாது.

மூலப் பவுந்திரத்துக்கு மருந்து வாங்க டாக்டரிடம் போன போது, பூரணலிங்கனுக்கு ஒரு யோசனை தோன்றியது. அது குறித்து டாக்டரோடு நீண்ட நேரம் உரையாடினார். மனைவிக்குக் கூடச் சொல்லாமல் மறுபடியும் ஓராண்டு எழுதுவதும் படிப்பதுவுமாக இருந்தார். பிழைப்பே ஈதாகிப் போனதால் வீட்டில் யாரும் பொருட்படுத்தவில்லை.

பூரணலிங்கன் முகத்தில் மட்டும் பொலிவு கூடிக் கொண்டே போனது.

எர்ரகுண்டலா நாட்டு வைத்தியக் கழகம், மூலப் பவுந்திரத்தக்கு ஆன சிகிச்சையில் பூரணலிங்கனுக்கு டாக்டர் பட்டம் தபால் மூலம் அனுப்பியது.

தகப்பனார் திவசத்துக்கு விடுப்புக் கேட்டுப் புதிய லெட்டர் ஹெட்டில் அவர் துணைவேந்தருக்குக் கடிதம் எழுதினார்.

டாக்டர் பூரணலிங்கனார் என்று பெரிய எழுத்தில் இருந்ததைக் கண்டு ஆரம்பத்தில் அவர் சிரித்தாலும் சிரிப்பின் விகாசம் மங்கிக் கொண்டே போனது.

வெளிக்குத் தெரியாமல் வேறேதும் பல்கலைக் கழகத்தில் பதிவு செய்து டாக்டர் பட்டம் வாங்கியிருப்பாரோ எனில் அது ஓராண்டில் எப்படி முடியும்?

பல்கலைக்கழக வளாகம் பூராவிலும் இதே பேச்சாயிற்று. புதிய லெட்டர் ஹெட்டில், காரணமின்றி நலம் விசாரித்துக் கடிதங்களாக எழுதித் தள்ளினார் டாக்டர் பூரணலிங்கனார். குறிப்பைப் புரிந்து கொண்டு நிறைய வாழ்த்துக்கள் வந்தன. அவற்றிற் சில துணை வேந்தர் மூலமாய் வழிப்படுத்தப்பட்டிருந்தன.

துணைவேந்தருக்கு நாளுக்கு நாள் தாங்க முடியாமற் போயிற்று. வரும் புதன் கிழமை மாலையில் தம்மை வந்து பார்க்கும்படி பூரணலிங்கனாருக்குக் குறிப்பு அனுப்பினார். அதில் டாக்டர் என்று குறிப்பிடப்படாமற் போனதில் பூரணலிங்கனாருக்கு வன்மம் வரம்பு மீறிப் போனது.

துணை வேந்தரைப் பார்க்கப் போனபோது அவர் முகத்தில் வைத்துத் தேய்க்க என, பட்டத்தையும் கையோடு கொண்டு போனார்.

அமரச் சொல்லி, தேநீர் வழங்கி, தமிழ்ப் பாடத்திட்டத்தில் சீரமைப்பு பற்றி ஓர் அறிக்கை தயாரிக்கச் செச்லி, சுற்றி வளைத்து விஷயத்துக்கு வந்தார் துணை வேந்தர்.

விஷயம் தெளிந்தபோது அவருக்குத் திகைப்பே மிஞ்சியது. உலகத்தில் இனி எந்த சக்தியும் டாக்டர் பூரணலிங்கனார் என்று போடுவதைத் தடுக்க முடியாது என்றும் திருக்குறும்பலாயீசன் பல்கலைக்கழகம் பூரணலிங்கனார் ஆய்வை அங்கீகரிப்பதே ராஜதந்திரம் என்றும் தோன்றியது.

அன்னம் விடுதூது, ஜுலை, 1985.

15. புளி மூடு

நினைவு தெரிந்த நாள் முதலே அந்த புளிய மரம் நின்றது - தேரேகாலின் கரையில், ஆற்றங்கரை ரோடாகியபோது, ஊருக்கு மேற்கிலிருந்து நுழையும் வாயிலில். பின்பு புளிய மரத்தை அடுத்து ஆரம்பப் பாட சாலை வந்தது. சின்ன ஊருக்குச் சின்னப் பாடசாலை. நீளவாக்கில் மோட்டுக் காமணம் போல ஓட்டுப் பணி. ஐந்து கரும்பலகைகள் ஐந்து வகுப்புகளுக்கு அடையாளங்கள். வேறு பிரிப்புக்கள் கிடையாது. ஐயர் வாத்தியார் பாடம் நடத்தினால் ஐந்து வகுப்புகளுக்கும் கேட்டது. பாடசாலையின் முன்னால், கூடத்துக்கு இணையாக ஓடும் நீண்ட, கல்தூண்கள் நின்ற வராந்தா. முன்னால் ஒரு கொடிக்கம்பம், சிறிய பெயர்ப் பலகை.

அந்தப் பள்ளியில் படித்த மாணவர்களுக்கும் புளிய மரத்துக்கும் நீண்ட காலச் சொந்தம். எல்லா தொட்டு விளையாட்டுக் களுக்கும் புளியமரம் தாச்சி! பழங்காலப் புளி ஆனதால் ஏறுவதற்குத் தோதான கிளைகள் கிடையாது. மூன்று பேர் நின்றால் மரத்தை ஆவிச் சேர்த்துப் பிடிக்கலாம்.

ஊருக்குப் பஸ் வந்தபோது புளியமரமும் பஸ் ஸ்டாப் ஆனது. புளிய மரத்தின் உடலில் ஆணி அடித்து அந்த ஊர் இளைஞர் மன்றத்தார் பஸ் வரும் நேரம் குறித்த அறிவிப்புப் பலகை தொங்க விட்டனர். ஆனால் பஸ் வழக்கமாய் மூன்று நாட்களில் நான்கு முறைதான் வந்தது.

எல்லாப் பருவங்களிலும் பள்ளி இடை நேரங்களில் புளியம்பூ பொறுக்கினார்கள் மாணவர். பள்ளிக்கூடத்தில் ஒன்றுக்குப்

போவதற்கெல்லாம் தனி இடம் கிடையாது. ஒன்று ஆற்றங்கரை அல்லது புளிய மூடு. ஒரு வேறுபாடு, பையன்கள் நின்றும் சிறுமிகள் அமர்ந்தும். மதிய உணவு இடைவேளையில் தேவையானால் குளிக்கலாம். உடுப்பையும் நிக்கரையும் புளிய மர மூட்டில் உரிந்து வைத்துக்கொள்ளலாம்.

பண்டாரம் ஐந்தாம் வகுப்பு படிக்கும்போதுகூட இடைவேளை மணி அடித்ததும் அம்மாவிடம் பால் குடிக்கப் போனான். மணி அடித்ததும் முதலில் வெளியில் சாடுபவன் அவன்தான். புளி காய்த்திருக்கும் சீசன்களில் பால் குடிப்பதை மறந்து புளியம்பழம் பொறுக்கினான். ஆற்றங்கரையில் நின்ற மரமானாலும் பெரிய வாலாங் கொத்துக்கள் கிடையாது. பெரும்பாலும் ஒற்றைக் கொட்டை. தவறினால் இரட்டைக் கொட்டை. நொண்டங்காய் கிடைத்தால் நல்ல ருசியாக இருக்கும். தவசிமுத்து டீச்சருக்கு நொண்டங்காய் பிடிக்கும்.

திருக்கார்த்திகைக்கு "வாணப்பூ வர்ணப்பூ" என்று சுழற்றிக் கொண்டோடக் கட்டும் வாணத்துக்கான கரிப்பொடிக்குப் புளியம்பட்டையும் வேண்டும். ஐப்பசி மாதக் கடைசியில் பட்டை பெயர்ந்து புண்பட்டு நிற்கும் அடிமரம்.

வடக்கு மலையில் மழை பெய்தால் பழையாறும் தேரேகாலும் செங்காவி நிறத்தில் புது வெள்ளம் நுரைத்துப் பெருகும். தாழக்குடி பெருங்குளம் உடைத்துவிட்டால் பள்ளிக்கூடப் படிப்புரைமட்டத்தில் தண்ணீர் மோதும். புளிய மரத்துக்கு இடுப்பளவு இருக்கும். பெரு வெள்ளத்தில் இன்னதெல்லாம்தான் வரும் என்று சொல்ல முடியாது. மலைபடு பொருட்கள், பத்து நாட்கள் முன்பு புதைத்த பிணம், எவளோ தண்ணீர் கோரப் போய்க் கைதவறிவிட்ட பித்தளைக் குடம், மலைப் பாம்பு...

அப்படி மழைக் காலத்தில் வந்த பாம்பொன்று புளிய மரத்தில் குடி புகுந்திருக்க வேண்டும். குடியிருக்கத் தோதாகப் புளிய மரத்தின் அடி வயிற்றில் பெரிய பொந்தொன்றும் இருந்துதான் ஆகவேண்டும்.

அந்த ஊரில் கள்ளர் பயம் கிடையாது. பேய்க்கு ஊர்ப் பெண்டிர் பயந்தவரும் அல்ல. முன்னிரவு நேரத்தில் கொல்லைக்குப் போய் விட்டு ஆற்றுப்படித் துறையில் கால் கழுவி வந்த பெண்ணுக்குப் புளியமரத்து மூட்டில் வடம் போல் ஏகதேசமாய் ஏதோ ஒன்று புரள்வது தென்பட்டது. ''ஐயோ பாம்பு'' என்று அலறியோடியவள் வீட்டுக்குப் போன பிறகும் மூச்சு வாங்கியது.

பஸ் கால அட்டவணைக்குப் பக்கத்தில், இளைஞர் மன்றத்துக்காரர்கள் 'புளிய மரத்தில் பாம்பு வசிக்கிறது - எச்சரிக்கை' என்று எழுதி, மின்சார இலாகாவினர் போடுவது போல் ஒரு மண்டையோட்டுக் குறியும் வரைந்தனர். புளிய மரத்தில் இறுகிய இரண்டாவது நாலங்குல ஆணி அது.

நல்ல போதையிலிருந்த தாணப்பன், சுசீந்திரம் தேர்வடம் கனத்தில், முன்தினம் இரவில், பாம்பைக்கண்டதாகச் சொன்னான்.

கூடுமானவரை பாம்பும் மனிதர் கண்ணில் தென்படாமல் நடமாட முயற்சி செய்திருக்கலாம் ஆனால் எத்துக்குத்தாய்த் தென்பட்டுப் புதுப்புது பீதி கிளம்பியது.

ஊருக்கு நடுவிலிருந்த முத்தாரம்மன் கோவில் வாசலில் படம் விரித்து நின்றதை இரவில் (வாழைக்குலை திருடி விட்டுத் திரும்புகையில்) கண்டதாக ஒருவர் சொன்னார்.

அதிகாலை ஐந்தரை மணிக்குத் தொழுவில் பால் கறக்கப் போகும்போது, கராச்சிப் பசுவின் சுரந்து நின்ற மடியில், பாம்பு, கன்றுக்குட்டி போல முட்டி முட்டிப் பால் குடித்துக் கொண்டிருந்ததாக வேறொருவர் சொன்னார்.

உறியில் அடை வைக்க வைத்திருந்த முட்டையில் மூன்றைக் குடித்துவிட்டது என்றாள் ஒருத்தி.

இளைஞர் மன்றம், 'புளிய மரத்தை உடனே வெட்டு' என்று சுவரில் எழுதினார்கள்.

ஊர் முதலடிக்குச் சின்ன வயதில் உதயம்பழம் தின்ற உணர்வு பல்லில்லா வாயில் சுரந்தது.

புளிய மரத்தின் மூட்டில் நாகர் ஒன்றைப் பிரதிஷ்டை செய்து பால் ஊற்றினால் தொந்தரவு செய்யாது என்றார்.

பள்ளிக்கூடத்தில் படிக்கும் மொத்தப் பிள்ளைகளும் பாம்பு கடித்துச் சாகும் அபாயத்தில் இருப்பதாய்ச் சொன்னார் மூக்கையா வாத்தியார்.

''பாம்பு யாரையும் கடிக்காது ஓய். நீர் அதைக் கடிக்காமல் இருந்தால் போதும்!'' என்றார் ஐயர் வாத்தியார்.

புளிய மரத்தை வெட்டுவது என்பது அவ்வளவு லேசான காரியமும் அல்ல.

பூதப்பாண்டி தாசில்தாருக்கு ஒரு 'அர்ஜி' எழுதி முக்கால் ரூபா ஸ்டாம்பு ஒட்டிக் கொடுக்க வேண்டும். அது தாழக்குடி பகுதிக் கச்சேரி பார்வத்தியக்காரருக்கு வரும். அவர் வந்து பார்த்து விசாரணை செய்து தாசில்தாருக்கு எழுத வேண்டும்.

1. மேற்படி புளிய மரத்துக்குப் பாத்தியதைக்காரர் உண்டா?
2. மரம் புறம்போக்குப் புரையிடத்தில்தான் நிற்கிறதா?
3. மரத்தை வெட்டுதல் உண்மையில் அவசியம்தானா?
4. மரத்தின் உத்தேசமான வயது என்ன?
5. மரத்தின் குத்துமதிப்பான மதிப்பீடு என்ன?
6. புறம்போக்கு மரம் என்றால் குத்தகைக்கு ஏலத்தில் விடப்பட்டு உள்ளதா?
7. குத்தகைக்கு ஏலம் பிடித்தவரின் அனுபோக காலம் இன்னும் எவ்வளவு பாக்கி உள்ளது?
8. குத்தகைத் தொகை முழுவதும் வசூலாகியுள்ளதா?

இத்தனையும் ஆனபின் தாசில்தார் மரத்தை முறித்தெடுப்பதற்கு ஏலம் விடும் தேதியை நிர்ணயிப்பார்.

முதலடி தன் மகளுக்கு வரும் வைகாசியில் கல்யாணம் கழிக்கலாம் என்றிருந்தார். புளிய மரம் ஏலத்தில் கிடைத்தால், அடியந்திரத்துக்கு விறகு வெளியில் வாங்கத் தேவை இராது. புளிய விறகு நன்கு நின்று எரியும். நல்ல வைரம் பாய்ந்த பழைய மரம். மூட்டுத்தடி மாத்திரம் மூன்று துண்டாகக் கசாப்புக் கடைக்காரனுக்குக்

கொடுத்தால், ஏலத் தொகையும் வெட்டி மாற்றும் கூலியும் வசூல். கொப்புகளும் வாறுமாய் நாலுவண்டிப் பாரம் இருக்கும். தாலுகா ஆபீசில் குமாஸ்தாவாக இருக்கும் சொக்காரன் மகன் சுப்புக் குட்டியிடம் சொல்லி வைக்க வேண்டும்.

ஆனால் பாம்பு இருக்கிறது என்ற காரணத்தக்காகப் புளிய மரத்தை முறிக்க 'அர்ஜி' கொடுக்க முடியாது. அப்படிப் பார்த்தால் புறம்போக்கு மரங்கள் அநேகமும் பொந்துகள் கொண்டவை. பொந்துகளில் பாம்பு தாமசிக்கவே செய்யும். சொல்லாமல் கொள்ளாமல் வெட்டி மாற்றலாம் என்றால், எல்லாப் புறம்போக்கு மரங்களுக்கும் எண்கள் இருந்தன. ஆனால் எல்லா மரங்களும் மூளிபட்டுத்தான் நின்றன. சர்க்காருக்கு எண் எழுதிய அடிப்பாகமும் சாத்திரத்துக்கு ஒரு கிளையும் விட்டு வைத்துவிட்டு குத்தகைக்காரர் தேவைக்கு கொப்புகளைத் தறித்துக் கொள்வார். வேறு குத்தகையில் தான் என்ன வருமானம். தென்னை, பனைகளுக்குக் கிளைகள் இல்லை என்பதால் பெரிய லாபமில்லை. மாப்பிள்ளை பிடித்த காசு பிள்ளை அழிக்க ஆச்சு என்பது போல், தென்னை மரங்கள் உச்சிக் கொண்டையில் நாகமணிபோல் சேமித்து வைத்திருக்கும் காய்களைப் பறித்தால் ஏற்றுக் கூலிக்குத்தான் சரியாக இருக்கும்.

புளிய மரம் ஊருக்கு நுழைவாயிலில் நின்றதால், கொஞ்சம் நிழலும் தந்து, காயும் உதிர்த்ததால், அது கிளைகளைப் பறிகொடுத்து மூளி படவில்லை. மேலும் ஊரில் எப்போதும் மக்கள் வழி, மருமக்கள் வழி என்று எதிரணிகள் உண்டு.

பாம்பு வசிக்கிறது என்ற காரணம் தவிர்த்து வேறு என்ன காரணம் வலுவாக எழுத முடியும்? மரத்தின் அடிப்பாகத்தில் பெரும் பொந்து ஆள் நுழையும் அளவில் இருக்கிறது எனவே மரம் எப்போது வேண்டுமானாலும் சாய்ந்து உயிர்ச்சேதம் உண்டாகலாம். அதிலும் பள்ளிச் சிறுவர்கள் எப்போதும் விளையாடுமிடம், ஆதலால் அபாயம் இன்னும் அதிகம் என்று எழுதலாம். வேண்டுமானால் அடிமரத்தில் கோடாரி கொண்டு கொத்திப் பொந்தைப் பெரிதாக்கி, கொத்தியது தெரியாமல் களிமண் பூசி வைக்கலாம். பார்த்தியக் காரருக்குக் கொஞ்சம் பணம் கொடுத்தால் சரியாகிப் போகும். சில

சமயம் அவரும் ஒரு வண்டி விறகு கேட்பார். பணம் தருவதாய்ச் சொல்லி. விறகுக்கும் பணம் வராது. வண்டி வாடகையும் நஷ்டம். அடிமரத்தில் பொந்து செய்யும்போது பாம்பு பாய்ந்து வெளியே வந்தால் என்ன செய்வதென்றான் ஒருவன். பொந்தில் புகை போடும் யோசனையும் அதனால் போயிற்று.

ஆனால் பாம்பு அதுபற்றிய அக்கறைகள் இல்லாமல் இருந்தது.

மப்பும் மந்தாரமுமாய் இருந்த ஒரு ஞாயிற்றுக்கிழமை பிற்பகலில் அது இரைதேடி வெளியே வந்தது. கால நேர நிர்ணய சக்தி கடந்த மூப்பு அதற்கு வந்திருக்க வேண்டும். அல்லது காலனின் விளி அதன் கட் செவிக்கு எட்டி இருக்க வேண்டும். அல்லது பசி எல்லாவிதத் தற்காப்பு உணர்வையும் தகர்த்திருக்க வேண்டும்.

புளிய மரத்தின் அடிமரம் முடிந்து கிளைகள் தொடங்கும் இடத்திலிருந்து புறப்பட்டுச் 'சரசர' வெனக் கீழிறங்கியது பாம்பு.

மதிய உணவு தாண்டிய மயக்கத்தில், புளிக்கறி ஏப்பம், நெத்திலிக் கருவாட்டுப் புளிமுள ஏப்பம், தீயல் ஏப்பம் விட்டுக் கொண்டு பள்ளிக்கூடப் படிப்புரையில் பத்து இருபது பேர் படுத்தும் சாய்ந்தும் கிடந்தனர். பீடிக்குத் தீப்பெட்டி தேடியவன் கண்ணில் பாம்பு இறங்குவது தெரிந்தது.

நொடியில் சக்கரவியூகம் போலும், துரியோதனப் படைகள் போலும், அபிமன்யு போலும் ஒரு காட்சி அமைந்தது.

நல்ல பாம்புதான். சங்கு முத்திரை தெளிவாகக் காணக் கிடைத்தது.

அரை மனதுடன் படம் விரித்துப் பாம்பு சுற்றுப் புறத்தை வேடிக்கை பார்த்தது.

பாரவண்டியின் தட்டிக்கு நின்ற காட்டுக் கம்புகளில் நான்கைப் பிடுங்கி வந்தனர்.

சூழ்நிலையைப் பதிவு செய்து கொண்டு, கால் வட்ட வடிவில் திரும்பி, காற்றை முழுதாய் உள்வாங்கி, பாம்பு முதல் சீற்றத்தை

எழுப்புமுன் 'சொத்' தென்று கழுத்தில் கம்பு விழுந்தது. பாம்பு துவண்டு விட்டது. போடு போடென்று போட்டுத் தலையை சதைத்து விட்டனர்.

பாம்படித்துப் போட்ட செய்தி கேட்டு ஊர்ச் சனம் பூரா புளியமரத்து மூட்டில்.

''ம்... சனியனைத் தூக்கி வேலியிலே வீசுங்கப்பா'' என்று முதலடி சலித்தார். நல்ல காய்வு கொண்ட புளிய விறகு கைதவறிப் போன சோகம் சொல்லில் சுண்டியது.

''யேய்... இன்னைக்கு நாயித்துக் கௌமை... நாகப்பாம்பைக் கொன்ன பாவம் நாலு செம்மத்துக்கும் தீராது. குழி தோண்டி, பாலூத்தி, புதைக்கணும்!'' என்றார் ஒரு கிழவர்.

பாம்பின் வால் இறுதி அசைவுகளில் இருந்தது.

''நல்ல செத்திட்டாபாருங்களே... திரும்பி உசிரு வந்திட்டுன்னா நூறு மைலு தாண்டீன்னாலும் எந்தப் பந்தயத்துக்குள்ளே போயி ஒளிச்சுக்கிட்டாலும், தேடி வந்து கொத்தும்!'' என்றார் ஒருவர். அவர் சமீபத்தில் மணத்திட்டை டூரிங் டாக்கீஸில் தொலைந்து போய் விட்ட நாகமாணிக்கத்தைத் தேடி அலையும் பெருந் தொடைகள் கொண்ட நாகராணிப்படம் ஒன்று பார்த்திருந்தார்.

இனி பாம்புக்கு உயிர் வர வேண்டுமானால் தெலுங்கு சினிமாவின் மந்திரவாதிதான் வரவேண்டும்.

''சரிடே.... சவத்தைப் பொதைச்சிரலாம். நயினாரு... வீட்லே போயி அரைத் தம்ளர் பாலு கொண்டா... பூசாரி வீட்டிலே கொஞ்சம் பூ கேளு... ராமசாமி கடையிலே மூணு சாம்பிராணித் திரி வேண்டிக்கோ...''

ஆற்றங்கரை ஓரம் நின்ற மஞ்சணத்தி மூட்டில் குழி தோண்டுவது என்று தீர்மானம் ஆகியது.

யார் வயலிலேயோ தளை கொத்தி வைத்துவிட்டு கோடி மண்வெட்டியுடன், பத்ரகாளி வயற்காட்டில் இருந்து ஆற்றில் இறங்கி, மண்வெட்டியைப் பளபளப்பாகக் கழுவி, கைகால் முகம்

கழுவி, நான்கு வாய் தண்ணீர் குடித்துவிட்டு, ரோட்டில் ஏறிப் புளியமர மூட்டுக்கு வந்து, எட்டிப் பார்த்து, துவர்த்தால் முகத்தைத் துடைக்கலானான்.

பத்ரகாளிக்கு இருபது வயதிருக்கும். அந்த வயதில் சுமக்க வேண்டிய சுமையல்ல அவன் சுமந்து கொண்டிருந்தது. போன தலைமுறையில் காலாட்டி உட்கார்ந்து சாப்பிட்ட குடும்பம். பத்துப் பூரா பயிரேறி முடிந்து, எல்லா நாட்களிலும் நிரப்பாக வேலையில்லாத ஒறு வினைக்காலம். மதிப்புச்சோலியாக இருக்க வேண்டும். காலையில் போய் ஒரே எடுப்பாக நின்று தீர்த்து விட்டு வருகிறான் போலும்.

முகத்தில் நல்ல பசி தெரிந்தது.

அது மதியம் சாப்பிடாத பசி மட்டும் அல்ல. இரண்டு மூன்று வேளைகளுக்கான பசியின் கூட்டுத் தொகை.

முதலடி சொன்னார்.

''யேய்... பத்ரகாளி வந்திற்றான் டே... மம்பிட்டியும் வச்சிருக்கான்... மக்கா ஒரு குழி தோண்டீருலே...''

ஒரு சிங்கிடி சொன்னார் -

''ஒரு முட்டளவு ஆழம் இருக்கட்டும் என்னா? அதும் ஒரு புண்ணியந்தான் பாத்துக்கோ...''

பத்ரகாளியின் வயிறு, எட்டு நாள் இரை எடுக்காத சாரைப் பாம்பு போல், ஒரு எவ்வு எவ்வி இறங்கியது.

முதலடியைப் பார்த்துச் சொன்னான் -

''தோண்டீரலாம் பாட்டா... ரெண்டு ரூவா ஆகும்...''

''ஏய்... இது... இது என்னது டே?''

''கட்டும்னா பாரும். இல்லாட்டா வேற ஆளை விட்டுத் தோண்டிக்கிடும்...''

மண்வெட்டியைத் தூக்கித் தோளில் சாத்தி, பத்ரகாளி நடந்து போனான்.

புளியமரம் தன்னுயிர் தப்பியதற்கும் சேர்த்து, சற்று குலுங்கிக் கொண்டது.

புதிய பார்வை, மே, 1994

16 முள்ளெலித் தைலம்

பத்துப் பன்னிரண்டு வயது வரைக்கும் இளைப்பு வந்து கொண்டிருந்தது. இரண்டு மூன்று மாதங்களுக்கு ஒரு முறை வரும். முக்கியவாறும் அம்மாசியை இழுத்துக் கொண்டு அல்லது தள்ளிக் கொண்டு. உயிரை வான வெளியில் தேடுவதைப் போல மூச்சிரைக்கும். ஏழெட்டு எலிக்குஞ்சுகள் சேர்ந்தாற்போல ஒரு நூதனமான ஒலிக் கலவை. சாப்பிட்டுச் சிவனே என்று படுக்க ஒட்டாது. நட்டக்குத்தற உட்கார்ந்தோ சற்றுச் சாய்ந்தோ இருந்தால் ஆசுவாசமாக இருக்கும். வீட்டுப் புறவாசலில் இருக்கும் ஆற்றங்கரைக்குப் போனால் இரண்டு முறை நின்று தளர்ச்சி ஆற்றிக் கொள்ள வேண்டும். ஒரு நாள், ஒரு கைத் தடி கிடைத்தால் நல்லது என்று பேசியபோது சித்தி அடிக்க வந்து விட்டாள்.

ஒன்றரை வயது முதல் வருகிறதாம். மண்டை முற்றினால் தானாகச் சரியாகி விடும் என்று அம்மா சொன்னாள். மண்டை எத்தனை வயதில் முற்றும் என்று கேட்கத் தோன்றவில்லை. நடு முடுக்கு பொன்னம்மை அக்காளுக்கு அம்மாவைவிட இரண்டு வயதுதான் குறைவு. அவளுக்கு ஏன் இன்னும் மண்டை முற்ற வில்லை என்று தெரியவில்லை. சில சமயம் சுவரைப் பிடித்தபடி, குறுமூச்சு வாங்கி, விலா ஒடுங்க அவள் நடப்பதைக் காண ஈரற்குலை பதறும். இந்தக்கூறில் அவளும் பிள்ளை குட்டிகளுக்குப் பொங்கிப் போட்டு, மாமனார் மாமியாருக்குப் பண்டுவம் பார்த்து, துணி துவைத்து, பாத்திரம் கழுவி, ரைஸ் மில்லுக்குப் போய்ப் புழுங்கல் குத்தி, வயலுக்குக் களை பறிக்கப் போய்..

பொன்னம்மக்காளை நினைததால் பயம் பிய்த்துக் கொண்டு வரும். ஒரேயொரு அனுகூலம், இளைப்பு வரும் நாட்களில் சுடுகஞ்சி வைத்துத் தருவாள் அம்மா. ஒன்றிரண்டு நாட்கள் பள்ளிக்கூடம் முடங்கும்.

மூன்று வயதிருக்கும்போது ஒரு நாள், ''கீறுபூறுன்னு இளுத்துக்கிட்டு முழி பிதுங்கி பய ஒரு மாரியா வாறான்!'' என்று கோபாலபிள்ளை ஆஸ்பத்திரிக்குத் தூக்கிக் கொண்டு போன கதையை இன்னும் சொல்வாள். ''ஒரு ஊசி போட்ட பொறவுதான் சரியாச்சு... திரும்பி வாற வழியிலே ஒண்ணரை அணாவுக்கு ஒரு பெரிய ஒட்டு மாம்பழம் வாங்கி வாழை இலையிலே துண்டு போட்டுத் தந்தாம் பாரு... நீ தின்னு நா தின்னுன்னு ஆயிப்போச்சு!'' என்பாள்.

இளைப்பு வந்தவுடன் தெற்குத் தெரு வைத்தியனார் பாட்டா விடம் கூட்டிக்கொண்டு போனாள் அம்மா. வைத்தியனாருக்குப் பிள்ளைகள் கிடையாது. ஒரு புராணக் கதா பாத்திரம் போல இருந்தார். காதில் வெள்ளைக்கல் கடுக்கன், முன் தலை சிரைத்த குடுமி. வெள்ளை உடம்பெல்லாம் வெள்ளை ரோமம், சிறிய தொந்திக்கு மேல் கட்டிய அகலக்கரை வேட்டி, தோளில் துவர்த்து, மூக்குப் பொடி வாசம் வீசும் மீசையற்ற முகம், கைத்தடி, மருந்துப் பெட்டி... கொண்டு போன ஆறவுன்சு குப்பியில் 'முள்ளெலித் தைலம்' என்று ஒரு சொந்தத் தயாரிப்பை நான்கு அவுன்ஸ் ஊற்றிக் கொடுத்தார்.

இளைப்பாவது பரவாயில்லை. அந்த முள்ளெலித் தைலம் ஒரு மோசமான விஷயம். தெலுங்கு டப்பிங் படம் ஒன்றில் பெரிய சீனிச் சட்டியில் நாலைந்து குழந்தைகளைப் போட்டு எண்ணெய் இறக்கிக் கொண்டிருந்ததைப் பார்த்தது போல் ஒரு குமட்டல்.

வீட்டுக்கு வந்து புறவாசல் மணலில் பூத்து வைத்திருந்த இஞ்சிக் கொத்து ஒன்றை எடுத்து, கழுவி, வெள்ளைப் பூண்டுடன் சேர்த்து அரைப்பாள் அம்மா. வீடெல்லாம் ஒரு 'பிள்ளை பெத்த மணம்'. கொத்தமல்லித் துகையல்போல் அரைத்து உருட்டியதைத் தண்ணீரில் நன்றாய்க் கரைத்து, கிழிந்த வேட்டியின் துணி வைத்து

வடிகட்டுவாள். ஆழாக்குப் போல் இருக்கும். அதன்மேல் முள்ளெலித் தைலத்தில் ஒரு அரை அவுன்ஸ். இஞ்சிச் சாற்றின் மீது ஒரு கரும்பச்சை நிறத்தில் தைலம் அடர்வாகப் பரவி நிற்கையில் பார்த்தால் கொடுங்கோன்மை போலத் தோன்றும்.

வேண்டாம் என்றால் யார் கேட்டார்கள். ''குடிச்சிரு மக்கா! கண்ணை மூடிக்கிட்டு ஒரு மடக்கிலே குடிச்சிரு. இன்னா கருப்பட்டித் துண்டை கையிலே வச்சுக்கோ. குடிச்சு முடிஞ்சதும் வாயிலே போட்டிரு...''

இடது கையில் ஒரு குத்து அவல் அல்லது துண்டுக் கருப்பட்டி தயாராக வைத்துக் கொண்டு, மடக்கென்று, ஒரு மடக்கில் தீருமா சனியன், விழுங்கி முடிக்கையில் முகம் எத்திசை எல்லாம் கோணும் என்று சொல்லிவிட முடியாது. அதுதான் போகட்டும் என்றால் முதல் முறையாக வெளிவரும் ஏப்பத்தைத் தாண்டு முன் அது எப்பம் வந்து தொலைக்கும் என்ற எக்கச்சக்கமான எதிர்பார்ப்பு.

பொன்னமக்காளின் இளைப்பு முள்ளெலித் தைலத்துக்கும் கட்டுப்படவில்லை. அவள் வீட்டுக்காரன் ஒரு சின்ன நாட்டு வைத்தியக் குஞ்சு. பல நோய்களுக்கு கடைசியாகப் பிரயோகித்துப் பார்க்கும் மருந்து ஒன்று உண்டு. 'ஓந்தான் இருக்குல்லா ஓந்தான், அதைப் பிடிச்சுக்கிட்டு வந்து உரல்ல போட்டு நல்ல சதைச்சு கசாயம் போட்டுக் குடுத்தா சரியாகிப் போகும்'' என்பது.

''பொன்னம்மை கொஞ்சம்னாலும் நடமாடித் திரியான்னா அதுக்கு காரணம் ஓந்தான் கசாயம்தான். இல்லேன்னா இதுக்குள்ளே கண்ட மூட்டுக்குப் போயிருப்பா!'' என்பான்.

கண்டமூட்டுக் கரையில்தான் வேளாளர்களுக்கான சுடுகாடு புன்னைமரக் கூட்டத்தின் நடுவில் இருந்தது.

முள்ளெலித் தைலம் குடிக்காமல் முரண்டு பிடித்தால் அம்மா மிரட்டுவது, ''இல்லேன்னா ஓந்தான் கசாயம் குடி''.

வேலிகளில் ஓடித்திரியும் ஒன்று மறியா ஓணான்களைப் பிடித்து, கழுத்தில் கயிறு மாட்டி, நீள் முக்கோணக் கல்லைச்

சுடலையாய் நட்டு, எருக்கலம் பூ மாலை சாத்தி, வாயினால் ''ஜஞ்சணக்கு, ஜஞ்சணக்கு'' அடித்து, வானத்துக்கும் பூமிக்குமாய் பீப்பி ஊதி, ஓணானின் தலையில் வரிசையாய் எல்லோரும் சிறுநீர் தெளித்து, கூரான வெட்டாங்கல்லால் பலி செய்து, கொடை கழித்து விளையாடியதைப் பழிவாங்குதல் போலப் பயமுறுத்தியது ஓந்தான் கசாயம்.

எனவே எப்போது தென்பட்டாலும் முள்ளெலித் தைலத்தின் பீதி கிளப்புகிற முகமாக இருந்தது வைத்தியனார் பாட்டாவின் முகம்.

பெரும்பாலும் காலையில் குளித்து ஈர உடையுடன் கைத்தடி ஊன்றி ஒரு பக்கம் சாய்ந்து சாய்ந்து நடந்து வருவார்.

வெயில் சாய்ந்த பிறகு கையில் வேருடன் பிடுங்கிய செடிகள் காணும். மரப்பட்டைகள் காணும். பச்சிலைகள் காணும். சில சமயம் குறுந்தட்டி, சித்திரப்பாலை, கீழா நெல்லி, நாயுருவி என்று ஏதாவது தேடிக் கொண்டிருப்பார்.

எல்லோருடனும் கலகலப்பாய்ப் பேசிப்புழங்கும் மனிதர் அல்ல. சிடு மூஞ்சியும் அல்ல. யாராவது எதையாவது கேட்டால் மட்டும் மலரும் முகம். ஆனால் பேச்சில் எப்போதும் ஒரு கறார்த்தனம்.

பரம்பரை பரம்பரையாய் அந்த ஊரில் வாழ்ந்த குடும்பம் அல்ல. ஆரல்வாய்மொழிக் கோட்டைக்குக் கிழக்கே தாமிரபரணியின் விரல்கள் நீள முடியாத வறண்டு கறண்ட பூமியில் இருந்து பண்டே புறப்பட்டு வந்தவராக இருக்க வேண்டும்.

ஊரில் சமுதாயக் கோயிலில் அவருக்கு வரி உண்டு. ஆனால் உறவென்று வேறு யாரும் காணக்கிடைத்தது இல்லை.

அவர் பாலித்து வந்தது சித்த வைத்தியமா ஆயுர் வேதமா என்று யாருக்கும் சொல்லத் தெரியவில்லை.

மிகவும் பத்தியம் காப்பது போல் ஒதுக்கம். கல்யாண வீடுகளில், சடங்கு வீடுகளில். இழவு அடியந்திர வீடுகளில் அவரைக் காண முடியாது. சாவுக்கு போய் வந்தால் மூன்று நாட்கள் தீட்டு. மருந்து எதுவும் செய்யக் கூடாது.

ஒரு தொழில் போல் அதைச் செய்ததாகத் தெரியவில்லை. மருந்துக்குப் பகரமாய் எதைக் கொடுத்தாலும் வாங்கிக் கொள்வார். அது சக்கரமாக இருந்தாலும் சரி, காய்கறிகளாக இருந்தாலும் சரி, குறுணி அல்லது பதக்கு நெல்லாக இருந்தாலும் சரி.

வேறெதும் வருமானம் கிடையாது. வயதாகி, நடை தள்ளம்பாட ஆரம்பித்த பின்பு வைத்தியனாருக்குத் துணையாக அவர் மனைவியும் உடன் போனாள். வெயிலுக்கு முன் புறப்பட்டுப் பக்கத்து ஊர்களுக்கு நடந்து போய்த் திரும்புகையில் வெயில் சாயத் தலைப்பட்டிருக்கும். மாலையில் மூலிகைகள் சேகரம், அரைத்தல், காய்ச்சுதல். சில சமயம் வெட்டு மருந்து வாங்க வடசேரிக்குப் போய்த் திரும்புவார்.

இளைப்பு வருவது எப்போது நின்று போனது என்று நினைவில் இல்லை. ஆனால் சுவடற்று நின்று போனது. உண்மையில் மண்டை முற்றிவிட்டதா அல்லது வைத்தியனார் பாட்டாவின் முள்ளெலித் தைல மகிமையா என்று தெரியவில்லை.

பின்னாளில் ஊரில் நோய்கள் குறையாவிட்டாலும் நாட்டு மருந்துக்கு மவுசு குறைந்து போனது.

முதுமை வைத்தியனாரின் கண் பார்வையை மங்கச் செய்தது. வறுமை, சுவரின் மூலைக்கு நெருக்கி, இளக்காரத்துடன் முன்னங் காலால் எற்றியது.

யாரிடமும் கடன் கேட்டு, இரந்து கையேந்தும் சீவன்கள் இல்லை. விற்பதற்கென்று தாலிக்கொடியும் பாம்படமும் போனபின் வேறு எதுவும் இல்லை. குடி இருந்தது வாடகை இல்லா ஊர்வகை வீடு.

எண்பத்து நான்கு வயதுப் பாட்டாவும் ஆச்சியும் ஒரு நாள் காலையில் பாஷாணம் தின்று இறந்து கிடந்தனர்.

அதன் பிறகு அந்தப் பக்கம் யாரும் முள்ளெலித் தைலம் குடித்திருக்க மாட்டார்கள்.

நிகழ், 28, 1994.

நாஞ்சில் நாடன் நூல்கள்

கவிதைகள்

மண்ணுள்ளிப் பாம்பு	*2001*
பச்சை நாயகி	*2010*
வழுக்குப் பாறை	*2014*

நாவல்கள்

தலைகீழ் விகிதங்கள்	*1977*
என்பிலதனை வெயில் காயும்	*1979*
மாமிசப் படைப்பு	*1981*
மிதவை	*1986*
சதுரங்கக் குதிரை	*1993*
எட்டுத்திக்கும் மத யானை	*1998*

சிறுகதைகள்

தெய்வங்கள் ஓநாய்கள் ஆடுகள்	*1981*
வாக்குப் பொறுக்கிகள்	*1985*
உப்பு	*1990*
பேய்க்கொட்டு	*1994*
பிராந்து	*2002*

நாஞ்சில் நாடன் கதைகள் (முதல் ஐந்து நூல்களின் தொகை)	2004
சூடிய பூ சூடற்க	2007
கான் சாகிப்	2010
தொல் குடி	2014
கறங்கு	2018

தேர்ந்தெடுத்த சிறுகதைத் தொகுப்புகள்

முத்துக்கள் பத்து	2007
நாஞ்சில் நாடன் சிறுகதைகள்	2011
சாலப் பரிந்து	2012
காலக் கணக்கு	2014
கொங்குதேர் வாழ்க்கை (விகடன் கதைகள்)	2013
வல் விருந்து (கும்பமுனிக் கதைகள்)	2014
கனகக்குன்று கொட்டாரத்தில் கல்யாணம்	2015
சங்கிலிப் பூதத்தான் (விகடன் கதைகள்)	2017
நாஞ்சில் நாடன் - தேர்ந்தெடுத்த சிறுகதைகள்	2019

கட்டுரைகள்

நஞ்சென்றும் அமுதென்றும் ஒன்று	2003
நாஞ்சில் நாட்டு வெள்ளாளர் வாழ்க்கை	2003
நதியின் பிழையன்று நறும்புனல் இன்மை	2006
காவலன் காவான் எனின்	2008
தீதும் நன்றும்	2009
திகம்பரம்	2010
பனுவல் போற்றுதும்	2011

கம்பனின் அம்பறாத் தூணி 2013

சிற்றிலக்கியங்கள் 2013

எப்படிப் பாடுவேனோ? 2014

கைம்மண் அளவு 2016

விசும்பின் துளி 2016

சொல்லாழி 2018

கம்பலை 2019

பாடுக பாட்டே 2020

கருத்த வாவு 2020

தேர்ந்தெடுத்த கட்டுரைகள்

அஃகம் சுருக்கேல் 2014

அஃகம் சுருக்கேல் (மாணவர் பதிப்பு) 2014

நவம் 2017

நாமமும் நாஞ்சில் என்பேன் 2019

இன்று, ஒன்று, நன்று 2019

நேர்காணல்கள்

நாஞ்சில் நாடன் நேர்காணல்கள் 2015

மொழிபெயர்ப்புகள்

Against All Odds 2009
(எட்டுத் திக்கும் மதயானை)

A New Beginning 2018
(சூடிய பூ சூடற்க)

❀